D1680735

‘நான் ஒரு முட்டாளுங்க..!’

ஜே.பி.சந்திரபாபு கதை

இயக்குநர் **கே.ராஜேஷ்வர்**

டிஸ்கவரி பப்ளிகேஷன்ஸ்

எண்: 9, பிளாட் எண்: 1080A, ரோஹிணி பிளாட்ஸ்,

முனுசாமி சாலை, கே.கே.நகர் மேற்கு,

சென்னை-600 078. பேச: 99404 46650

வெளியீட்டு எண்: 0029

'நான் ஒரு முட்டாளுங்க!' - ஜே.பி.சந்திரபாபு கதை
ஆசிரியர்: கே.ராஜேஷ்வர்©

'NAAN ORU MUTTAALUNGKA' - J.P.CHANDRABABU KATHAI
Author: K.Rajeshwar©

Printed : Ramani Print Solutions, Chennai -5

First Short Edition: Feb - 2022

Second Short Edition: Nov - 2023

ISBN: 978-93-91994-04-4
Pages : 112

Rs. 140

Publisher • Sales Rights

Discovery Publications
No. 9, Plot,1080A, Rohini Flats,
Munusamy Salai,
K.K.Nagar West, Chennai - 78.
Tamilnadu, India.
Mobile: +91 99404 46650

Discovery Book Palace (P) Ltd
No. 1055-B, Munusamy Salai,
K.K.Nagar West,
Chennai-600 078.
Ph: (044) 4855 7525
Mobile: +91 87545 07070

discoverybookpalace@gmail.com / www.discoverybookpalace.com

இந்த நூலில் பிரசுரமாகியுள்ள எந்த ஒரு பகுதியையும் எழுத்துபூர்வமான முன்அனுமதி பெறாமல் எடுத்தாள்வதோ, மறுபிரசுரம் செய்வதோ, மொழியாக்கம் செய்வதோ, ஊடகங்களில் மறுபதிப்புச் செய்வதோ, காப்புரிமைச் சட்டப்படி தடை செய்யப்பட்டுள்ளது. இந்த நூலிலிருந்து சில பகுதிகளை மேற்கோள்காட்டி நூல்அறிமுகம் செய்யலாம்.

உங்கள் மொபைல் போனிலிருந்து ஸ்கேன் செய்து 'டிஸ்கவரி புக் பேலஸ்' மொபைல் ஆப்பை டவுன்லோடு செய்து, புத்தகங்களை வாங்குங்கள்.

நூலாசிரியர்

கே.ராஜேஷ்வர்

சென்னை-லயோலா கல்லூரியில் பொருளாதாரம் பட்டப் படிப்பை முடித்துவிட்டு அடையாறு திரைப்படக் கல்லூரியில் திரைப்பட இயக்கம், திரைக்கதை எழுதும் துறையில் பயிற்சி பெற்றார்.

கதை, திரைக்கதை எழுதுவதில் இவர் பங்கேற்ற படங்கள்... 'அவள் அப்படித்தான்', 'பன்னீர் புஷ்பங்கள்', 'ஏழாவது மனிதன்', 'மீண்டும் ஒரு காதல் கதை', 'கடலோரக் கவிதைகள்', 'ஜீவா', 'வெற்றி விழா', 'சீவலப்பேரி பாண்டி', 'அஜப் பிரேம் கி கசப் கஹானி' (இந்தி) இன்னும் சில.

இயக்கிய படங்கள்... 'நியாயத் தராசு', 'இதயத் தாமரை', 'அமரன்', 'துறைமுகம்', 'அதே மனிதன்', 'கோவில்பட்டி வீரலட்சுமி', 'இந்திரா விழா' இன்னும் சில.

திரைக்கதை எழுதுவது பற்றி 'திரைக்கதை: உருவமும் உள்ளடக்கமும்' என்ற புத்தகமும், கவிஞர் வைரமுத்துவின் நூற்றுக்கும் மேலான திரைப்படப் பாடல்களை ஆங்கிலத்தில் மொழிபெயர்த்துள்ளார்.

என்னுரை

அரிஸ்டாட்டில் தம்முடைய 'கவிதையியல் கோட்பாடுகள்' புத்தகத்தில் துன்பியல் பற்றி விளக்குகிறார்.

'துன்பியல் தீவிர இயல்பு கொண்டது.

ஒரு பெரிய மனிதனின் நல்விதி அவனுடைய குணக் கட்டமைப்பின் பழுது காரணமாக தீயதாக மாறுவதும் அதனால் மாற்றவியலாப் பெருந்துன்பம் அவன் மீது வீழ்வதாகும் என்பது துன்பவியல் பண்பு.

அந்தத் துன்பியலைப் பார்ப்போருக்கு பயங்கரத்தையும் பரிதாபத்தையும் அந்தப் படைப்பு ஒருங்கே உண்டு பண்ணும்.

துன்பியல் நாடகம் பார்ப்பவர், அவர் காணும் படைப்பில் கதை மாந்தருக்கு நேரும் அவலம் கண்டு பெருக்கெடுத்த உணர்ச்சி வெளியேறுதல் போன்றும், உளம் குணமடைதல் போன்றும் அனுபவம் கொள்வர்.'

ஜே.பி.சந்திரபாபு நுண் நடிகர், ஆடல் கலை வல்லுநர், உணர்ச்சிமிக்கப் பாடகர், இசை ஞானம் கொண்டவர், நவீன சினிமா அறிந்த இயக்குனர்.

ஜே.பி. சந்திரபாபுவின் வாழ்க்கை, அரிஸ்டாட்டில் விவரித்த துன்பியல் நாடகத்தின் அத்தனை கூறுகளையும் உள்ளடக்கியது.

வாழ்க்கை அவருக்களித்த வறுமையையும் துயரத்தையும் கொடையாக ஏற்று, தாம் பயின்ற கலைக்கு அவற்றை உரமாக ஏற்றினார்.

தாம் வாழும் சமூகமும், வாழ்க்கைத் தரமும் ஈந்த குறைகளை மீறி தம் உயரத்தை ஏற்றிக்கொண்டார் என்பதே அவரது சிறப்பு. கலையையும், கலை சார்ந்த தொழில்நுட்பங்களை தாமே தேடிக் கற்றுக்கொண்டார்.

கற்றுக்கொண்டதை உன்னத உயரங்களுக்கும் இட்டுச் சென்றார்.

சந்திரபாபுவின் கலை, கலாநுட்பம், வாழ்க்கை, அதன் தத்துவம் அனைத்தும் தனித்துவமும், தன் மரியாதையும், சிறுமை கண்டு சீறும் கலகத் தன்மையும் கொண்டது.

கலையுலகில் அரிதே காணப்படும் குணங்கள் அவை.

சீரற்ற போக்கு, ஊகிக்கவியலா நடத்தை, முன்கோபப் பண்பு இவையனைத்தும் அவர் நம்பிக்கைகளின் மீது அவருக்கிருந்த உறுதியையும் தம் கொள்கைகளில் சமரசம் செய்துகொள்ளாத நேர்மையையும் கட்டிக் காக்கவே என்று புரிந்துகொள்ளலாம்.

தமிழ் சினிமாவில் அவர் தொட்ட உயரத்தையும் யாரும் தொட்டதில்லை; அவர் வீழ்ந்த பள்ளத்திலும் யாரும் வீழ்ந்ததில்லை. மனம் பிறழ்ந்த விதி ஆடிய ஆட்டத்தில் வீழ்ந்த ஒரு ஜீவன் சந்திரபாபு.

ஒரு நிகழ்வை நிகழ்ந்ததுபோலவே விவரிப்பது ஆவணப் படைப்பு. அதே நிகழ்வின் பின்னால் இருக்கும் சமூகக் காரணிகளின் பின்புலத்தில் கூறுவது உயர்ந்த படைப்பு. சமூகக் காரணிகள் தாண்டி ஆன்மிகப் பார்வையில் பார்ப்பதே உன்னதக் கலை.

இப்படி நடந்ததா என்பதைவிட, எப்படி நடந்திருந்தால் சந்திரபாபுவின் அரூப ஆன்மஉரு வெளிவரும் என்பதை ஆராய்வதே ஒரு நல்ல படைப்பாளியின் பணி.

இது சந்திரபாபுவின் கதை மட்டுமல்ல... அந்தக் கதையின் மூலமாக ஒரு கலைஞனின் தவிப்பை, பரிதவிப்பை, ஏக்கத்தை, உள்ளோலத்தை, ஆன்மத் துடிப்பை, தேடலை, சமூகத்தை, சமூகத்தின் மன நோயை, சமூக அவலத்தை, சமூக மடமையை, உன்னதங்களைக் காக்கத் தவறிய சமூகத்தின் பாவக்கறையை சொல்வதற்கே இந்தப் படைப்பு.

"ஒரு முட்டாளால் கூறப்பட்ட வெறும் கூச்சலும் கோபமும் நிறைந்த, எந்த அர்த்தமும் இல்லாத கதையே வாழ்க்கை!" – ஷேக்ஸ்பியர்.

கே.ராஜேஷ்வர்
சென்னை.

'நான் ஒரு முட்டாளுங்க..!'

வருடம் 1950.

ஜெமினி ஸ்டூடியோஸ்...

நுங்கம்பாக்கம் சாலையின் நுழைவுப்பகுதி. அதன் ஓரத்தில் மௌன்ட் ரோட்டின் மேல் கிழக்குப் பார்த்த வாயிலின் சிரசின் மேல் குழலூதும் இரட்டை சிறார்களின் சிலை.

அதன்கீழ் பெரிதாக 'ஜெமினி ஸ்டூடியோஸ்' என்று புடைப்பெழுத்தாக பதிக்கப்பட்டிருக்கிறது.

அதையே அண்ணாந்து பார்த்தபடி, கோட், டை, ஷூ அணிந்து, மெலிந்த தேகமும், பதற்றமான ஆனால் தன்னம்பிக்கை நிறைந்த கண்களுடன் அவர் அந்தப் பெரு வாயிலினுள் உரிமையுடன் நுழைந்தார்.

இரண்டு மூன்று அரங்குகளில் படப்பிடிப்பு நடைபெற்றுக் கொண்டிருந்ததால், அங்குமிங்குமாக பல வேடங்களில் நடிக்கும் நடிகர்களும், நடிகைகளும், படப்பிடிப்புத் தொழிலாளர்களும் அவசரகதியில் சுற்றிச்சுற்றி வந்தனர்.

படப்பிடிப்புத் தளங்களுக்கு சற்றே தள்ளி பத்துப் பனிரெண்டு அலுவலக அறைகள். அவற்றை நோட்டமிட்ட அவருக்கு அவர் தேடி வந்த அலுவலகம் சட்டென்று தெரிந்துவிட்டது.

இருபது முப்பது நபர்கள், பெரும்பாலும் ஆண்களும், குறைவான அளவு பெண்களும் அந்த அலுவலக வராந்தாவில் காத்துக்கொண்டிருந்தார்கள்.

சிலர் நின்றும், வேறு சிலர் அங்கு போடப்பட்டிருக்கும் பெஞ்சில் அமர்ந்தும் இருந்தனர். வராந்தாவின் வலதுபக்க ஓரத்தில் அமைந்திருந்தது புதுமுகங்களைத் தேர்ந்தெடுக்கும் நேர்முக விசாரணை செய்யும் அறை.

அதனுள் நடிகர், நடிகை தேர்வு உதவியாளர் ஆர்.கணேஷ், நடிக்க வந்த ஒருவரிடம் அவரது பெயர், அனுபவம் மற்றும் தனிப்பட்ட விவரங்களைக் கேட்டுப் பதிவேட்டில் குறித்துக் கொண்டார்.

அவர், வெளியே காத்துக்கொண்டிருப்பவர்கள் அதிகமாக இருப்பதைக் கண்டு, வரிசை அடிப்படையில் உள்ளே அனுப்பும் பியூனிடம் சென்று,

"நேத்தே சார் வரச் சொன்னார். உடனே என்னை உள்ளே அனுப்புப்பா..." என்றார்.

"ஏய்யா, நேத்திக்கி வரச்சொன்னதுக்கு இவ்வளவு லேட்டா இன்னிக்கி வந்து நிக்கிறியே. வேலை தேடித்தானே வந்தே?"

"யப்பா, தப்பா புரிஞ்சுக்கிட்ட. நான் போனது அவரோட வேலைப்பா. அந்த வேல விஷயமா போயிருந்தப்போ லேட்டாயிடிச்சு. இன்னும் லேட்டானா நீதான் உள்ள விடலைன்னு சார்கிட்ட சொல்லிடுவேன்... சரியா?"

அந்தப் பியூன் ஒரு வினாடிகூடத் தாமதிக்காமல் உள்ளே அனுமதித்தான்.

உள்ளே நுழைந்து அவர், ஆர்.கணேஷ் முன் நின்றார்.

ஆர்.கணேஷ்... சிவந்த மேனி; சுருள்முடியை அழுந்திச் சீவிய தலை; படித்த களை; நேர்த்தியான உருவம்.

"ஹலோ மிஸ்டர் கணேஷ்! ஐயாம் பாபு... சந்திரபாபு."

சந்திரபாபு கையை நீட்ட... ஆர்.கணேஷும் எழுந்து நின்று கை குலுக்கினார்.

"நைஸ் மீட்டிங் யு மிஸ்டர் சந்திரபாபு. யு ஆர் வெல் டிரெஸ்ட். நீங்க நல்லா இங்லீஷ் பேசறீங்க. ஏன் இந்த நடிப்பு வேலைக்கு வந்தீங்க..?"

“நீங்களும் நல்லா சினிமா ஸ்டார் மாதிரிதான் இருக்கீங்க. ஏன் இந்தக் கணக்கெழுதற வேலைக்கு வந்திருக்கீங்க?”

ஆர்.கணேஷ் தயக்கமில்லாமல் சிரித்தார்.

“வெரி வெல் செட். உங்க பேக்கிரௌண்ட் பத்தி..?”

“பிறந்தது தூத்துக்குடி, படித்தது சீனியர் கேம்ப்ரிட்ஜ் சிலோன், அலையறது மெட்ராஸ்!”

“நடிப்பு முன்அனுபவம் ஏதாவது..?”

“அஃப்கோர்ஸ், யெஸ்! நாலஞ்சு பெரிய படத்தில சின்ன ரோல். என் சீன் வரும்போது, பாக்கறவன் குனிஞ்சு நிமிந்தா சீன் கடந்து போயிருக்கும்..!”

மீண்டும் கஞ்சத்தனமில்லாமல் கணேஷ் சிரித்தார்.

“ஓகே. உங்களைப் பத்தின தகவல்களைக் குறிச்சிக்கிட்டேன். சரியான தேவை வரும்போது கூப்பிடறேன்.”

“சார் ஒரு சின்ன ரிக்வெஸ்ட். உங்க முன்னாடி ஒரு சின்ன ஸ்கிட் நடிச்சி காம்பிக்கறேன். ஸ்பேர் மி ஃப்யூ மினிட்ஸ்!”

ஆர்.கணேஷ் ஆர்வம் அதிகமில்லாமல் தலையாட்டினார்.

“தேங்க் யூ சார். ஒரு கிராமத்துக் கூத்துக் கலைஞன். பேரு தில்லைநாதன். பல மாதங்கள் நாடகம் போட வழியில்லாம, அதனால வருமானமும் இல்லாம அவனோட சின்னக் குடும்பம் பல நாள் பட்டினி கிடக்கிறாங்க.

அதப் பாத்து தில்லைநாதன் மனசொடிஞ்சு, தற்கொலை செய்ய முடிவுசெய்யறான்!

அந்தச் சின்ன ஊருக்கு நடுவில ஊர் மக்களைக் கூட்டி,

‘அண்ணமாரே, தம்பிமாரே, அருமையான மக்கமாரே... ஒரு சல்லிக்காசு கொடுக்காம... இலவசமா ஒரு நாடகம் பாக்க வாய்ப்பு... வாங்க வாங்க..!’ அப்படீன்னு சொல்லி, மனுஷனோட வாழ்க்கையிலிருந்து ஒன்பது பகுதிகளை ஒன்பது ரசங்களா நடிச்சுக் காட்டினார், தில்லைநாதன்!”

எப்படி..? இப்படி...

"இது குழந்தைப் பருவம். எதையும் கண்ணு விரிய அற்புதமாகப் பாக்கும் குழந்தை..." – ஒரு குழந்தையைப் போல் நடித்துக் காட்டுகிறார், சந்திரபாபு.

"அடுத்து சிரிப்பும் கும்மாளமுமாக சிறுவனான பருவம்..." சிரித்துக் கைதட்டி ஒரு சிறுவனாகவே மாறிவிடுகிறார், சந்திரபாபு.

"அப்புறம் யௌவனப் பருவத்துல பெண்ணைப் பார்த்து காதல்..." – காதல் வயப்பட்ட இளைஞன்போல் உருகிக் காட்டுகிறார், சந்திரபாபு.

"பின்னால யௌவனம் கடந்த காளைப்பருவத்தில வீட்டிலேயும் வெளியிலேயும் காட்டற வீரம்..." கம்பீரமாக நடந்து வந்து வீரபாவத்தைக் காட்டுகிறார், சந்திரபாபு.

"ஒரு சம்சாரியா மனைவிகிட்டே, பிள்ளைகள்கிட்டே காட்டற அன்பு கருணை..." – அன்புடன் மனைவியை அணைத்து, குழந்தையைக் கொஞ்சுவதுபோல் பாவனை காட்டுகிறார்.

"தன்மானத்துக்கோ தன்னுரிமைக்கோ அபாயம் வரும்போது வர்ற ரௌத்திரம்... என்னையா எதிர்க்கத் துணிந்தான்?" – கோபத்துடன் நிற்பதை வெளிப்படுத்துகிறார், சந்திரபாபு.

"மோகத்தில செய்ற தப்ப உணர்ந்ததால ஏற்படற பயம்..." – தெரியாமல் ஒரு தவறு செய்துவிட்டு, அதை உணர்ந்து அச்சப்படும் உணர்வை வெளிப்படுத்துகிறார், சந்திரபாபு.

"தானறியாமல் தன்னைச் சார்ந்தவங்க செய்யற தவறைத் தெரிஞ்சு, அதனால ஏற்படற அருவருப்பு..." – இப்படிச் செய்வது கேவலமில்லையா என்று ஒருவன் செய்த செயலைக் கண்டு அருவருப்படையும் பாவனையைக் காட்டுகிறார்.

"நஞ்சுண்டு உயிருடன் சாந்தி கண்டவன் நீலகண்ட சிவன், அவன் கடவுள்! நஞ்சுண்டு உயிர் துறந்து, அறம், அமைதி கண்டவன் சாக்ரடீஸ்! கடைசி பாவனையாக, அந்தச் சாந்தத்தைக் காணப்போறவன் சாமானியன் தில்லைநாதன். அவன் தின்பது இந்தத் துத்தநாகம்..! எப்படி...? இப்படி...!"

தில்லைநாதன் பாத்திரமாக சந்திரபாபு துத்தநாகத்தைத் தின்று, விஷத்தின் வலியை முகத்தில் முதலில் முழுவதுமாகக்

காட்டி, பின் மெதுவாக வலியின் வெளிப்பாட்டை வெளியேற்றி, இறுதியில் முகத்தைச் சாந்த நிலைக்குக் கொண்டு சென்றார்.

இவ்வாறாக சந்திரபாபு அற்புதம், சிரிப்பு, காதல், வீரம், கருணை, கோபம், பயம், அருவருப்பு, சாந்தம்... என்று நவரசங்களையும் நடித்துக் காட்ட, ஆர்.கணேஷ் சந்திரபாபுவின் திறமையைக் கண்டு பிரமித்துப் போனார்!

"எக்ஸலெண்ட் ப்ரதர்! நிச்சயமா பாஸ்கிட்ட உங்க திறமையச் சொல்லி ஒரு வாய்ப்பு வாங்கித் தர்றேன்."

"தேங்க் யூ. ஒரு சின்ன திருத்தம். என்ன அவர் தேர்ந்தெடுத்தா, அது நான் அவருக்கு தர்ற வாய்ப்பா இருக்கும்!"

ஆர்.கணேஷ் சற்றே இறுக்கமடைந்து, "இது அதிகப் பிரசங்கித்தனம் பிரதர்!"

"அதிகமா திறமை இருக்கிறவன் பேச்சு அதிகப்பிரசங்கித்தனமாத் தான் தெரியும்!"

"சினிமாவில இப்படி இருந்தா நாளைக்கி ரொம்ப கஷ்டப் படுவ..."

"நாளையப் பத்தி எப்பவும் நான் கவலைப்பட்டதில்ல. தேங்ஸ்... வர்றேன் சார்!"

சந்திரபாபு போன பிறகு அவர் போன திக்கையே

ஆர்.கணேஷ் பார்த்துக்கொண்டிருந்தார்.

*

சில மாதங்களுக்குப் பிறகு...

'பாஸ்' என்று எல்லாராலும் அழைக்கப்படும் ஜெமினி ஸ்டுடியோ அதிபர் எஸ்.எஸ்.வாசன் அலுவலக அறையில், நடிக்க வாய்ப்புக் கேட்க வந்த கலைஞர்களின் படங்களை பாஸிடம் காண்பித்துக்கொண்டிருந்தார், ஆர்.கணேஷ்.

"பாஸ், இவர் என்.எம்.ராமசாமி, நாடக அனுபவம் உள்ளவர். இவர் பரந்தாமன், நல்ல வசனம் பேசறார்; டிக்ஷன் நல்லா இருக்கு. இவர் சந்திரபாபு... வந்தவங்களிலேயே வித்தியாசமான

நடிகர். நல்லா நடிக்கிறார், பாடறார், டான்ஸ் பிரமாதமா ஆடறார்... இன் ஷார்ட் ஆல் ரவுண்டர்!"

பாஸ், சந்திரபாபுவின் படத்தை எடுத்துப் பார்த்தார்.

"பாஸ், நாலஞ்சு மாசமா கிட்டத்தட்ட முப்பது நாப்பது தடவ வந்து வந்து அலைஞ்சுட்டு இருக்கிறார்..!"

"படத்துக்குப் பெரிய ஷெட்யூல் போட்டிருக்கேன். முடிஞ்சு வந்து பாக்கறேன்."

*

சில நாட்கள் கழித்து...

வழக்கம்போல் ஆர்.கணேஷ் தன் அலுவலகத்தில் வாய்ப்புக் கேட்டுவரும் கலைஞர்களைச் சந்தித்துக் குறிப்பெடுத்துக் கொண்டிருந்தார்.

வேட்டி, சட்டை அணிந்த, இருபத்திநாலு இருபத்தி ஐந்து வயது மதிக்கத்தக்க ஒருவர் தீர்க்கமான பெரிய அகலக் கண்களை விரித்து, ஆர்.கணேஷிடம் பதில் சொல்லிக்கொண்டிருந்தார்.

"உங்களை எங்கயோ பார்த்த மாதிரி இருக்கு... ம்...

நாடக அனுபவம், ஆர்வம் எல்லாத்தையும் குறிச்சுக்கிட்டேன். உங்க பேர் என்ன சொன்னீங்க?"

"கணேசன் சார்."

'கணேசன்' என்று தனக்குள் கூறிக்கொண்ட ஆர்.கணேஷ் பதிவுப் புத்தகத்தில் குறித்துக்கொள்கிறார்.

"அப்புறம், எந்த ஊரு..?"

"திருச்சிக்குப் பக்கத்தில சங்கிலியாண்டபுரம்."

"ஓகே... சரியான தேவை வர்றப்போ கூப்பிட்டு அனுப்பறேன்."

"சார்..! ஒரு விண்ணப்பம்..."

"என்னப்பா?"

“சமீபத்தில நான் ஒரு நாடகம் நடிச்சேன். அண்ணா எழுதியது. பெரியார் தலைமை தாங்கினார். நாடகம் பேரு ‘சிவாஜி கண்ட இந்து சாம்ராஜ்யம்’. நான் சிவாஜி வேடத்தில நடிச்சதைப் பாராட்டி எனக்கு ‘சிவாஜி கணேசன்’னு பெரியார் பேர் வெச்சாரு. அதிலேருந்து எல்லாரும் என்னை ‘சிவாஜி கணேசன்’னு கூப்பிடறாங்க. அதனால என் பேரை ‘சிவாஜி கணேசன்’னு குறிச்சு வெச்சுக்குங்க சார்.”

ஆர்.கணேஷ் பதிவேட்டில் கணேசன் என்று எழுதியதை ‘சிவாஜி கணேசன்’ என்று மாற்றி எழுதிக்கொண்டார்.

வந்த வேலையை முடித்துக்கொண்ட சிவாஜி கணேசன் அந்த அறையிலிருந்து வெளியே சென்றார்.

சிவாஜி கணேசன் படிகளில் இறங்கும்போது சந்திரபாபு எதிரில் வந்தார். தரையில் ஒரு ரூபாய் நாணயம் கிடக்கிறது.

சிவாஜி கணேசன் அந்த ஒரு ரூபாய் நாணயம் கீழே கிடப்பதைக் கவனியாமல் போனார்.

சந்திரபாபு அந்த நாணயத்தைக் கவனித்துவிட்டு, சிவாஜி கணேசனைக் கூப்பிட்டார்.

“ஏய்! இந்தாப்பா...”

சிவாஜி கணேசன் திரும்பி, “என்ன?” என்று கேட்டார்.

“காசு விழுந்ததுகூடத் தெரியாம கண்ணு போற போக்கில போயிட்டு இருக்கே. இந்தா உன்னோட ஒரு ரூபா.”

சந்திரபாபு காசை சிவாஜியிடம் கொடுத்தார்.

“ரொம்ப நன்றி. இன்னிய நிலைமைல இந்தக் காசு இல்லேன்னா வடசென்னைக்கு நடராசா சர்வீஸ்தான். வயித்துக்கு லங்கண ஔஷதம்!”

“நம்ம நெலமையும் அங்ஙனமே...” என்று பதில் சொல்லி, தன் சட்டைப்பையைத் தடவ, அதில் தான் வைத்திருந்த ஒரு ரூபாய் நாணயம் இல்லாததை உணர்ந்தார்.

உடனே சந்திரபாபு, “சாரி... நான் உன்கிட்டக் கொடுத்தது என் காசுதான்போல...” என்றார்.

சிவாஜி கணேசன் பதற்றத்துடன், “அது அப்படி இருக்க முடியாதுப்பா. உன் காசுன்னா அது அங்க நீ வந்த தடத்தில இருக்கணும். இந்தக் காச நீ எடுத்தது நான் வந்த தடத்தில. அதனால நான்தான் தவறுதலா கீழபோட்டிருக்கணும்” என்று பதில் சொன்னார்.

சந்திரபாபு, தான் வந்த வழியையும், சிவாஜி கணேசன் வந்த வழியையும் பார்த்துவிட்டு, “அதுவும் சரிதான். நீ சொல்றதில ஒரு லாஜிக் இருக்கு. நான் ஒரு தப்புப் பண்ணிட்டேன்.

என் பைய செக் பண்ணீட்டு ஒன்னக் கூப்பிட்டு இருக்கணும். நட்பா கேக்கறேன், ஓங்கிட்ட இன்னும் ஒரு ரூபா இருந்தாக் கொடுக்க முடியுமா?”

“இல்லையப்பா. இருக்கிறது ஒத்த ரூபா. ஒனக்கு ஒதவ முடியலேன்னு...”

“சரி, சரி... சங்கடப்படாதே. என்னிக்காவது பின்னாடி ஒருநாள் இதே ஒரு ரூபாய வாங்கிருவேன்!”

சிவாஜி கணேசன் சங்கோஜத்துடன் சிரித்துவிட்டு, “எம் பேரு கணேசன்... சிவாஜி கணேசன்” என்று தன்னை அறிமுகம் செய்துகொண்டார்.

“ஐயாம் சந்திரபாபு... மீண்டும் சந்திப்போம்...”

சிவாஜி சென்ற பிறகு சந்திரபாபு, ஆர்.கணேஷ் இருக்கும் அறைக்குச் சென்றார்.

சந்திரபாபுவைப் பார்த்த உடன் ஆர்.கணேஷ்,

“இந்த பாருப்பா ‘பாஸ்’கிட்ட நான் சொல்லிட்டேன். அவர் இப்ப எடுக்கற படத்தோட ஷெட்யூல் முடிஞ்சு உன்னைப் பாக்கறேன்னு சொல்லியிருக்காரு.”

“இப்ப அவரு இருக்காரில்ல..?”

“ஆமாம்.”

“அப்ப, இப்பவே நான் அவரைப் பாக்கணும்!”

“ஒரு முக்கியமான வேலையில இருக்காருப்பா!”

“ஒரு முக்கியமான கலைஞனைப் பாக்கறத விட வேறென்ன முக்கியமான வேலை?”

“நீ ஒரு முக்கியமான கலைஞன்னு அவருக்குத் தெரியாதே?”

“ஆனா அது எனக்குத் தெரியுமே. அதத் தெரிவிக்க வைக்க வேண்டிய சமூகக் கடமை நமக்கு இருக்கு இல்லையா? அவரை உடனே பாக்கணும்... ஆமாம்.”

“எப்பா...” என்று ஆர்.கணேஷ் அலுப்புடன், “அவரை உடனேயெல்லாம் பாக்க முடியாது!” என்றார்.

“சரி மிஸ்டர் கணேஷ். நான் முன்னாடி ஒரு சின்ன ஸ்கிட் உங்களுக்கு நடிச்சுக் காம்பிச்சேன் இல்ல. அதை இன்னும் நல்ல இம்ப்ரூவ் செஞ்சு வந்திருக்கேன்.”

“அதான் பாத்திட்டேனே..!”

“அந்த லாஸ்ட் சீன மட்டும்தான் நடிச்சுக் காட்டப் போறேன். அதைப் பாத்திட்டு நீங்களே என்னை பாஸ் கிட்டக் கூப்பிட்டுட்டு போவிங்க.”

ஒரு வழியாக ஆர்.கணேஷை சம்மதிக்க வைத்து விட்டு சந்திரபாபு முன்னால் நடித்துக் காட்டிய கிராமத்துக் கூத்து கலைஞனின் கடைசி பாவத்தை, சாந்த பாவத்தை செய்து காட்ட ஆரம்பித்தார்.

வாய்ப்புக் கேட்க வந்திருக்கும் சிலரும் ஸ்டூடியோ ஊழியர்களும் சந்திரபாபுவின் நடிப்பைக் காணக் கூடினர்.

“நஞ்சுண்டு உயிருடன் சாந்தி கண்டவன் நீலகண்ட சிவன், அவன் கடவுள்.

நஞ்சுண்டு உயிர்துறந்து, அறம், அமைதி கண்டவன் சாக்ரடீஸ். அவன் உத்தம மனிதன்.

கடைசியா, அந்த சாந்தத்தைப் பாக்க சாமானியன் தில்லைநாதன் தின்பது இந்த துத்தநாகம்!”

தில்லைநாதன் பாத்திரமாக சந்திரபாபு துத்தநாகத்தைத் தின்று, விஷத்தின் வலியை முகத்தில் முதலில் முழுதுமாகக் காட்டி, பின் மற்ற பாவங்களையும் காண்பித்து மெதுமெதுவாக

வலியின் வெளிப்பாட்டை வெளியேற்றி, இறுதியில் முகத்தை சாந்த நிலைக்குக் கொண்டுசென்றார்.

சில வினாடிகள் நின்ற நிலையில் இருந்த சந்திரபாபு தடாலென கீழே விழுந்தார்.

விழுந்தவர், மீண்டும் எழாமல் கிடக்க... ஆர்.கணேஷ் சந்தேகத்துடன் பதற்றமாகி குப்புறக் கிடக்கும் சந்திரபாபுவை புரட்டிப் பார்த்தார்.

கண்கள் இரண்டும் சொருகி இருந்தன.

கையிலிருக்கும் புட்டியில் நிஜமான விஷம்... துத்தநாகம்!

ஆர்.கணேஷ், உடனே ஸ்டூடியோ வேனில் சந்திரபாபுவை ஏற்றி மருத்துவமனைக்கு விரைந்தார்.

நினைவை முழுதும் இழந்தும் இழக்காத நிலை.

இருப்பும் இறப்புமற்ற ஒரு பாழ் மண்டலத்தில் சஞ்சாரம் செய்துகொண்டிருந்தார் சந்திரபாபு.

சந்திரபாபுவின் நினைவு சுற்றிச் சுழன்று பின்னோக்கிச் சென்றது.

*

நீலப் பெருங்கடல்.

கடலோரம் நீடுயர்ந்த பனிமயமாதா ஆலயம்.

கரையோரம் ஆரவாரமாய் வந்தடிக்கும் அலைகள். சிறிதும் பெரிதுமான தெருக்கள். நெருக்கடி இல்லாத மக்கள் தொகை.

நடுத்தர நகரம் தூத்துக்குடி.

"விதிப்படி வாழ்வு செல்கிறதா அல்லது வாழ்வு விதியை அமைத்துச் செல்கிறதா? தெரியவில்லை. விதி எழுதிய வேடிக்கைக் கதைகளில் நானுமொன்றா?

என் தந்தை ரோட்ரிகஸ் தூத்துக்குடி நகரத்தில் வாழ்ந்த நடுத்தர மக்கள் பலருள் ஒருவர். 1920களில் இந்திய சுதந்திரப் போராட்டம் தீவிரமடைந்திந்த நேரம். தூத்துக்குடியில்

வ.உ.சிதம்பரனாருடன் தோளோடு தோள் நின்று என் தந்தையும் விடுதலை உணர்வைப் பரப்புதல் போராட்டங்களில் ஈடுபடுதல் என்று தீவிரமாக இயங்கிவந்தார். 'சுதந்திர வீரன்' என்றொரு பத்திரிகையும் நடத்திவந்தார். இன்னும் சத்யமூர்த்தி, ராஜாஜி, சுப்ரமணிய சிவா என்று பலர் என் தந்தைக்குப் போராட்டத் தோழர்கள். வ.உ.சி.யைப்போல என் தந்தையும் ஒருமுறை அல்ல, பலமுறை சிறைக்கு அனுப்பப்பட்டிருக்கிறார். அப்படி அவர் ஒருமுறை சிறைக்குச் சென்றபோதுதான் நான் பிறந்தேன்."

பாலர் ஆஸ்பத்திரி என்ற பெயர் கொண்ட மருத்துவமனை பேச்சு வழக்கில் பால் ஆஸ்பத்திரி என்றாகி அதில் ரோட்ரிகஸின் மனைவி ரோசலின் ஆண் குழந்தை ஒன்றைப் பெற்றெடுத்தார்.

பலஹீனமாகப் பிறந்த அந்தக் குழந்தை பிறந்த ஒரு சில நிமிடங்களில் நினைவிழந்தது.

மருத்துவர் குழந்தையைப் பரிசோதித்துவிட்டு, "குழந்தை பிழைப்பது சிரமம், சீக்கிரம் வீட்டிற்கே எடுத்துச் சென்றுவிடுங்கள்!" என்று கூறினார்.

கண்களில் நீர் திரள, ரோசலின் குழந்தையைப் பார்த்தார்.

வாழ்க்கை எங்கே எப்போது துவங்குகிறது என்பதை யாருமறிவதில்லை. பின் இங்கே இப்போது முடிந்து விடும் என்று எப்படி யாரால் கூற முடியும்? உடலை வேண்டுமானால் மருத்துவர் காப்பாற்றலாம். ஆனால் உயிரை?

ரோசலின் பிறந்த குழந்தையைத் தூக்கிகொண்டு அவர்கள் குடும்பத்துக்கே குலதெய்வமான கடற்கரை ஓரம் அமைந்த பனிமயமாதா ஆலயத்துக்கு விரைந்தார். நெடிதோங்கி நிற்கும் பனிமயமாதா ஆலயத்தில் நுழைந்து பீடத்தினடியில் குழந்தையைக் கிடத்தினார்.

குழந்தையிடம் ஒரு அசைவுமில்லை.

விறைத்துப்போய்க் கிடந்தது.

கண்ணீருடன் ரோசலின் பீடப்படிகளில் பின்னிறங்கி தரையில் மண்டியிட்டு கண்மூடி பிரார்த்தனை செய்ய ஆரம்பித்தார்.

ரோசலினுக்குப் பின்னால் வந்து நின்ற ரோட்ரிகஸின் நம்பிக்கைக்குரிய வேலையாள் குருசு, மூச்சின்றி கிடக்கும் குழந்தையைப் பார்த்துவிட்டு அழுதவாறு வெளியேறினான்.

*

ஜெயிலதிகாரி முன்னால் ரோட்ரிகஸ் நின்றார்.

ஜெயிலர், "ஆஸ்பத்திரியில அட்மிட் ஆகியிருக்கிற உங்க மனைவியப் பார்க்க ஒரு நாள் பெயில் கொடுத்திருக்காங்க" என்று கூறி, ஆவணங்களில் ரோட்ரிகஸின் கையெழுத்தை வாங்கிவிட்டு ஜெயில் கதவைத் திறந்துவிட்டார்.

வெளியே வரும் ரோட்ரிகஸை ஓட்டமும் நடையுமாக வந்த அவருடைய வேலையாள் குருசு சந்தித்தான்.

"ஏல குருசு, அம்மா எப்படி இருக்காங்க? குழந்தை..?"

"ஐயா, நான் என்னத்தைச் சொல்லுவேன். உசிரு போன மாதிரி தெரியுதைய்யா"

"இப்ப எங்கே இருக்காங்க?"

"நம்ம மாதா கோயில்ல"

அருகே காத்துக்கொண்டிருக்கும் குதிரைவண்டியில் ரோட்ரிகஸ் ஏறி அதில் விரைந்தார்.

அங்கே ஆலயக் கதவோரம் மேலே வானத்தை வெறிக்கப் பார்த்தபடி கண்ணீர் வற்றிப்போய் ரோசலின் பிரமை பிடித்து நின்றுகொண்டிருந்தார்.

ரோட்ரிகஸ் மாதாவின் பீடத்தினடியில் கட்டைபோல் மரத்துப்போய்க் கிடக்கும் குழந்தையைப் பார்த்தார்.

வெளியே காற்றுகூட விறைத்துப்போய் இருந்ததனால் மரம், செடி, கொடியெல்லாம் அசைவற்று இருந்தன.

இருண்ட மேகம் ஓய்ந்துபோயிருந்தது.

அலைகளெல்லாம் மேலெழுந்து கரையிலடிக்காமல் சற்றே எழுந்து கரையைத் தொட்டுவிட்டுச் சென்றுகொண்டிருந்தது.

ரோட்ரிகஸ் நிமிர்ந்து பார்த்தார்.

மாதாவின் ஆலயமணி முகப்பின் உச்சத்தில் லேசாக ஆடிக் கொண்டிருந்து. ஆலயமணியின் நாவிலிருந்து தொங்கிய நீள வடம் ஆலயக் கதவுக்கருகில் ஒரு கொண்டியில் கட்டப்பட்டிருந்தது.

ரோட்ரிகஸ் அந்த வடத்தின் சுருக்கவிழ்த்து நுனியை தன் இரு கைகளிலும் முறுக்கிக்கட்டி கயிற்றை முன்னே வேகமாக வீசி பலங்கொண்டமட்டும் தன் பக்கம் இழுத்தார்.

'டாண்' என்ற மணியொலி அலையாகப் பரவியது.

அந்த மணியொலி காற்றைத் தட்டி எழுப்பிவிடப்பட்ட விசை என்பதுபோல புழுதி மண் பறக்க காற்று அடிக்க ஆரம்பித்தது.

'டாண்'... அடுத்த மணியோசை.

அந்தப் பகுதி முழுதும் பெருங்காற்று அடித்தது.

இரையைக் கண்ட பசியெடுத்த மிருகம்போல காற்று ஆலயத்தினுள்ளும் நுழைந்தது.

மாதாவின் காலடியில் சாற்றப்பட்டிருக்கும் உதிரிப் பூக்களை மணியோசையின் பின்னணியில் காற்று சற்றே கலைத்துவிட்டது.

கலைத்துவிடப்பட்ட பூக்களில் ஒரு சின்ன ரோஜாப்பூ மட்டும் பீடத்தினடியில் கிடக்கும் குழந்தையின் விரிந்த கரங்களில் மாதாவின் ஆசிர்வாதம்போல விழுந்தது.

விறைத்துக்கிடக்கும் குழந்தையின் குட்டிவிரல் லேசாக அசைந்தது.

ரோட்ரிகஸ் விடாமல் வடத்தை இழுத்து இழுத்து மணியடித்துக் கொண்டிருந்தார்.

இப்போது மல்லாந்து கிடந்த குழந்தை குப்புற விழுந்தது.

ஏதோ உள்ளுணர்வு தூண்ட... ரோசலின் ஆலயத்தினுள் பார்த்தார்.

குப்புற விழுந்த குழந்தை தவழ்ந்து தவழ்ந்து மாதாவை நோக்கிச் செல்ல ஆரம்பித்தது.

அதைப் பார்த்த ரோசலின் ஆலயத்தினுள் ஓடியே சென்று குழந்தையை வாரி எடுத்து மார்போடு அணைத்துக் கொண்டார்.

கண்ணீர் மல்க பனிமயமாதாவை நிமிர்ந்து பார்த்து குழந்தையின் காதில்,

"நீ பனிமயமாதா பிச்சை" என்றார்.

"என் வாழ்க்கைச் சக்கரத்தின் முதல் பல் சுழன்றது. 'ஜோசப் பனிமயமாதா பிச்சை' என்று பெயரிடப்பட்டு ஞானஸ்நானம் செய்விக்கப்பட்டேன்.

நான் கேட்டுப்பெற்றதல்ல என் தாயும் தந்தையும். நான் கேட்டுப்பெற்றதல்ல என் பெயர். நான் கேட்டுப்பெற்றதல்ல பின்னால் நான் வாழ்ந்த வாழ்க்கை."

எல்லாராலும் செல்லமாக பாபு என்றே அழைக்கப் பட்டான், ஜோசப் பனிமயமாதா பிச்சை.

சிறு வயதில் வயதுக்கு மீறிய துருதுருப்பும் சுறுசுறுப்பும் கொண்டவனாக சந்திரபாபு இருந்தான். தன் வயதொத்த சிறுவர்களிடம் அப்போது பிரபலமாயிருந்த எம்.கே.தியாகராஜா பாகவதர் போலவும் கே.பி.சுந்தராம்பாள் போலவும் பாடி நடித்துக் காட்டுவான்.

அவ்வப்போது சுதந்திரப் போராட்டத்தில் கலந்துகொண்டு சிறை செல்லும் சந்திரபாபுவின் தந்தை தன் குடும்பத்தை தலைவர் சத்தியமூர்த்தியின் குற்றாலத்திலிருக்கும் அவரில்லத்தில் விட்டுச் செல்வதுண்டு.

அங்கு சந்திரபாபுவை கண்காணித்து கவனித்துக்கொள்ள இளைஞனான காங்கிரஸ் தொண்டரொருவர் இருந்தார். அவர்தான் பின்னாளில் பெருந்தலைவர் காமராஜர் என்று இந்தியாவெங்கும் அறியப்பட்டவர்.

ஒரு முறை சந்திரபாபு தன் குறும்புத்தன இயல்புப்படி குற்றால அருவிகளுள் ஒன்றின் மலை மீது ஏறி வெகு உயரத்துக்குச் சென்றுவிட்டான்.

வேறு வேலையிலிருந்த காமராஜும் சந்திரபாபு வெளியே சென்றுவிட்டதைக் கவனிக்கவில்லை.

மலை மேலே ஏறிய சந்திரபாபு இன்னும் மேலே செல்ல வேண்டும் என்று ஒரு பாறையில் கால் வைக்க... கால் வழுக்கிவிடுகிறது.

அப்படியே தலைகுப்புறப் பாய்ந்தோடும் நீரோடையில் விழ... அது அருவியில் அவனைத் தள்ளிவிட்டது.

சந்திரபாபு அருவியிலிருந்து விழுந்து கீழே அகலமாக விரிந்துகிடக்கும் கசத்தில், "ஐயோ" என்று அலறி மூழ்கினான்.

அவனைத் தேடி அங்கு வரும் காமராஜ், சிறுவன் கசத்தில் மூழ்கியும் எழுந்தும் உயிருக்குப் போராடுவதைக் கண்டு நீருக்குள் பாய்கிறார். கசத்தின் அடியாழத்துக்குச் சென்று சிறுவனைப் பிடித்துத் தூக்கி மேல்மட்டம் வந்து கரை ஏற்றுகிறார். சற்று நேரத்தில் சிறுவனும் சகஜ நிலைக்கு வருகிறான்.

அவனிடம் காமராஜ் "என்னப்பா இப்படிப் பண்ணீட்ட...? கொஞ்சம் நேரம் நான் லேட்டா வந்திருந்தா என்ன ஆயிருக்கும்? இனிமே என்னக் கேக்காம எங்கியும் நீ போகக் கூடாது. என்ன புரியுதா..? குறிப்பா மலைமேல ஏறக்கூடாது!"

"புரியுது ஐயா, ஆனா..."

"என்ன ஆனா?"

"இன்னும் ஒரே ஒரு தடவை மட்டும் மேலேறி வழுக்கி உருண்டு பொரண்டு அருவிலேருந்து கீழே விழுந்து கசத்தில முழுகித் தெவங்கணும்போல இருக்கு!"

அதிர்ச்சியுடன் இந்த விபரீத ஆசையை "ஏம்ப்பா இப்படி?" என்று கேட்டார்.

"அப்படி விழுந்தது நல்லா இருந்தது ஐயா!"

வினோதமாக அவன் வேண்டியதைக் கேட்டு, "அதெல்லாம் ஒண்ணும் வேணாம். இப்ப பேசாம வர்ரியாம்" என்று அதட்டினார்.

காமராஜ் சிறுவன் சந்திரபாபுவை தன் கழுத்தில் உட்கார வைத்து அவன் கால்கள் இரண்டையும் இரு தோள்களின் வழியே உடலில் தொங்க விடப்பட்டபடி நடந்துவந்தார்.

"ஐயா உங்களுக்குப் பிள்ளைகள் இல்லையா?"

காமராஜ் சிரித்தவாறு, "எனக்கு இன்னும் கல்யாணமே ஆகலையப்பா" என்றார்.

"ஏன் ஐயா?"

"என் வாழ்க்கைய தேச விடுதலைப் போராட்டத்துக்கு அர்ப்பணிச்சிட்டேம்ப்பா!"

"அப்ப உங்களுக்குக் குழந்தைகள் ஏதும் இருக்கப் போறதில்லையா?"

"ம்ஹூம்!"

"எங்கப்பாவுக்கு பத்துப் பிள்ளைகள். நான் பத்துல ஒண்ணு. உங்க பிள்ளையா என்னை நீங்க எடுத்துக்கிட்டா உங்களுக்கு ஒண்ணே ஒண்ணுன்னு இருப்பேன் இல்ல?"

"நீ எப்பவும் எம் புள்ளதாம்ப்பா."

"நான் உங்களை அப்பான்னு கூப்பிடலாமா?"

தன் தோளில் உட்கார்ந்திருக்கும் சந்திரபாபுவை காமராஜ் தூக்கி முகத்தின் எதிரே கொண்டுவந்து வாரி அணைத்து, "இனிமே நீ எப்பவுமே அப்பான்னு கூப்பிடு மகனே!"

"சாபங்களாகவே மாறிப்போன சிலரது வாழ்வில்கூட அபூர்வமான ஓரிரு வரங்கள் இருக்கும். இதுபோன்ற மனிதனின் பெறாத மகனாக நானானது அது போன்ற ஒன்று"

*

ஏழாவது முறையாக ஆங்கிலேய அரசால் கைது செய்யப் பட்ட ரோட்ரிகஸ் தேசவிரோதியாக நீதிமன்றத்தில் நிறுத்தப்பட்டார்.

அவருக்காக வ.உ.சி. எவ்வளவு திறமையாக வாதாடியும் நீதிபதி கடுந்தண்டனை பிறப்பித்தார். ரோட்ரிகஸின் அத்தனை சொத்துகளையும் பறிமுதல் செய்து நாடு கடத்தவும் உத்தரவு போட்டார்.

"மனிதனின் வாழ்வு எப்போதும் மர்ம விதிகளால் ஆளப் படுகிறது. மருந்தாக அருந்துவது விஷமாகவும், விஷமாக அருந்துவது மருந்தாக மாறுவதும் நமக்குப் புலப்படாத விதிகளாகும். வேரோடு பிடுங்கி வீசப்பட்ட எங்கள் குடும்பம் அடுத்திருக்கும் சிறிய நாடான சிலோனில் போய் விழுந்தது.

ஆனால், அங்குதான் என் தனித்தன்மை விதையாக விழுந்து முளைவிட ஆரம்பித்தது.

கொழும்பு நகரத்தின் அருகே இருந்த செயின்ட் ஜோசப் ஹைஸ்கூலில் சேர்க்கப்பட்டேன். ஆங்கிலக் கல்விமுறையில் பயிற்றுவிக்கப்பட்டேன்.

பேச்சு, நடவடிக்கை, பழக்கவழக்கம் எல்லாமும் ஆங்கில பண்பாட்டுப்படிதான். ஆங்கிலக் கதைகள், ஆங்கிலப் படங்கள், ஆங்கில நடிகர்கள், பாடகர்கள் என்று முதலில் அறிமுகமும், பின் அதனால் அவை மீது ஆர்வமும் பிறந்தது.

தந்தையும் ஏதோ சிறுசிறு தொழில் செய்து கொஞ்சம் சம்பாதித்து கொஞ்சம் இழந்து நான்கு மாடுகள் இழுக்கும் வாழ்க்கை எனும் சுமையை சிறு ஆடு சுமப்பதுபோல சுமந்திழுத்துக் கொண்டிருந்தார்.

நானும் தட்டுத்தடுமாறி சீனியர் கேம்ப்ரிட்ஜ் வரை படித்து முடித்தேன்.

ஸ்கூல் முடிந்து போகின்ற கடைசி நாள் ஃபேர்வெல் நிகழ்ச்சி நடக்கும். அந்த ஒரு நிகழ்ச்சி எதிர்காலத்திலே நான் மேலே பறந்து ஊருக்கு வாணவேடிக்கை காட்டுகின்ற வாழ்க்கைக்குத் திரியை பற்ற வைத்த நாளாக ஆகிவிட்டது."

செயின்ட் ஜோசப் ஸ்கூலின் பெரிய ஹாலில் பள்ளியை விட்டு வெளியேறும் மாணவர்களின் ஃபேர்வெல் பார்ட்டி நடைபெற்று வந்தது.

ஆசிரியர்களும் மாணவர்களும் கலந்து கேலியும் கிண்டலுமாக ஆரவாரமாக இருக்கையில், "இனி ஒலிக்கும் இசைக்கு நடன நிகழ்ச்சி" என்று அறிவிப்பு வர...

எல்விஸ் ப்ரெஸ்லியின் பாடல் ஒன்று பெரிதாக ஒலிக்கிறது.

எல்லா மாணவர்களும் ஆட ஆரம்பிக்க, சந்திரபாபுவும் தயங்கித் தயங்கி ஆட ஆரம்பித்தார். சற்று நேரத்தில் தன்னை மறந்து சுற்றிச் சுழன்று புயல் வேகத்தில் சந்திரபாபு ஆட... ஆடிக்கொண்டிருந்த மற்ற அனைவரும் அவரவர் ஆடலை மறந்து சந்திரபாபு ஆடுவதைப் பார்த்து பிரமித்து நின்றுவிடுகின்றனர். பாடல் முடிந்த பிறகுதான் சந்திரபாபு தன்னிலைக்கு வருகிறார்.

அரங்கமே கைதட்டலில் அதிருகிறது.

"எது தரும் போதையைவிடவும் ஒருவன் திறமையைக் கண்டு மற்றவர்கள் கைதட்டும் ஒலி தரும் போதை அதிகமானது. ஒருவன் எந்தப் போதையை வேண்டுமானாலும் விட்டுவிட முடியும், இதைத் தவிர. அந்தப் போதை வஸ்துவை அன்று தான் நான் அருந்தினேன். என்னைக் கூட்டமாகச் சூழ்ந்து கை கொடுத்து, கட்டிப் பிடித்து, கன்னத்தில் முத்தமிட்டு என்னை சந்தோஷக் கடலில் தள்ளினார்கள். நிகழ்ச்சி முடிந்து மெதுவாக எல்லாரும் களைய ஆரம்பித்தனர். நானும் புறப்படும் நேரம் என்னை நோக்கி ஓர் அழகான பெண் வந்தாள்..."

"யு ஆர் டேரிபிக்! ஐ ஆம் மிஸ்டி."

"தேங்க் யூ."

வார்த்தைகளுக்குள் பிடிபடாத அபூர்வ அழகாக இருந்தாள். எங்கோ பார்த்த சாயலும் தெரிந்தது.

"நீ ஒரு நாள் மிகப் பெரிய ஆளா வரப் போறே!"

"தேங்க் யூ. எதில? வியாபாரத்திலேயா? மெடிக்கலா? இஞ்சினீரிங்கா?"

மிஸ்டி ஒரு கணம் கண்ணை மூடித் திறந்துவிட்டு, "லைட் அண்ட் ஷேடோ" என்றாள்.

"அப்படின்னா..?"

மிஸ்டி சட்டென்று திரும்பி வாசலை நோக்கிச் சென்றாள்.

அப்படியே திரும்பிப் பாராமல் சத்தமாக "ஐ டோன்ட் நோ. ஏதோ தோணிச்சு சொன்னேன்" என்று கூறிவிட்டு வாசலைத் தாண்டிச் சென்றுவிட்டாள்.

“நீ ஒரு நாள் மிகப் பெரிய ஆளா வரப்போறே. எதில? “லைட் அண்ட் ஷேடோ!” “நீ ஒரு நாள் மிகப் பெரிய ஆளா வரப் போறே.” “லைட் அண்ட் ஷேடோ!”

இந்த வார்த்தைகள் மீண்டும் மீண்டும் சந்திரபாபுவின் மனதிலே ரீங்காரமிட்டுக்கொண்டிருந்தது.

விதியின் மனதின் உள்ளேதான் மனிதனின் மனமும் இயங்குகிறது. அது வேறு... இது வேறு என்று எண்ணுவது ஒரு மாயை.

சந்திரபாபுவின் தந்தை ரோட்ரிகஸ் பலவித தொழில்கள் செய்து பார்த்தும் மிருக வன்மத்துடன் துரத்தும் பொருளாதாரப் பிரச்னைகளைத் தீர்க்க முடியாமல் சிரமப்பட்டு என்ன செய்வது என்று தடுமாறிக்கொண்டிருந்தார். உடலில் பட்ட காயம் ஆறவில்லையே என்று கவலைப்பட்டுக் கொண்டிருக்கும் போது உயிருக்கே ஆபத்தான மாரடைப்பு ஏற்பட்டு உடல் காயத்தை மறக்கடிக்கச் செய்வதுபோல பொருளாதாரப் பிரச்னைகள் ரோட்ரிகஸை முட்டிக்கொண்டிருந்தபோது கொழும்பு நகரத்தின் மீது ஜப்பான் குண்டு வீசித் தாக்கியது.

வருடம் 1942.

இரண்டாம் உலகப் போர் உச்சத்திலிருந்த நேரம். நகரெங்கும் கொந்தளிப்பு. பீதி. பயம் கொண்ட மக்கள் கொழும்பு நகரை விட்டு உயிரைக் காப்பாற்றிக்கொள்ள அவசரமாக வெளியேறத் தலைப்பட்டனர்.

ரோட்ரிகஸ் குடும்பம் ஹட்டன் என்று இன்னொரு நகரத்திலே சிலகாலம் வாழ முயன்றும் அங்கும் தொடர்ந்து இருக்க இயலாமல் போனது.

ரோட்ரிகஸ் இந்தியா திரும்புவது என்று முடிவெடுத்தார்.

“என் தந்தை மீண்டும் தூத்துக்குடி செல்லாமல் மெட்ராஸ் நகரிலே குடும்பத்தோடு குடியேறினார்.

‘தினமணி’ பத்திரிகையில் மாதச் சம்பளத்துக்கு வேலை.

அப்படி அவர் வேலை பார்த்துக்கொண்டிருந்த காலத்தில் ஒரு நாள் நான் அவருடைய ஆபிசுக்குப் போனேன்.

என்னை அங்கு பார்த்த அவர் ஆச்சர்யப்பட்டு, "என்னப்பா, ஆபீசுக்குத் தேடி வந்திருக்கே?" என்றார்.

"இல்லப்பா ஒரு விஷயம் உங்ககிட்ட பேசணும்னு வந்தேன்."

"சொல்லுப்பா..."

அவருடைய கண்களை நேரே பார்க்காமல் தரையை சற்றுப் பார்வையால் தடவிவிட்டு "அப்பா, நான் சினிமால நடிக்க முயற்சி செய்யலாம்னு முடிவு பண்ணியிருக்கேன்" என்றேன்.

அவ்வளவுதான் "ஏலே ஒனக்கு என்ன கோட்டி பிடிச்சிருக்கா?" என்று ஆரம்பித்தவர் அடுத்த சில நிமிடங்கள் வார்த்தைகளை எரியும் நெருப்புத் துண்டங்களாக எடுத்து என் மீது வீசினார். பாறை விழுந்த ஓட்டுவீடுபோல நான் நொறுங்கிப் போனேன்.

மனம் தத்தளிக்க நான் வெளியே வரும்போது அந்த அலுவலகத்தில் வேலை பார்க்கும் ஜிப்பா வேட்டி அணிந்த ஒருவர் அருகில் வந்து "தம்பி, ரோட்ரிகஸ் பையனா?" என்று ஆதுரத்துடன் கேட்டார்.

அவர் தன்னை விருத்தாசலம் என்று அறிமுகப்படுத்திக் கொண்டு சந்திரபாபுவின் ஆர்வம் ஒன்றும் கோபிக்கத் தகுந்த குற்றம் அல்லவென்றும் தனக்கு சில நல்ல சினிமா அறிமுகங்கள் உண்டென்று கூறி, அவர்களிடம் அழைத்து செல்வதாக உறுதி அளித்தார்.

நம்முடைய லட்சியங்கள் தீவிரடையும்போது அவையே சிறகுகள் கொண்டு அதை அடைய உதவும் மனிதர்களை தேடிக் கொண்டுவரும்.

அப்படி வந்தவர் விருத்தாசலம்.

அவர் சினிமாத் துறையில் அதிகம் பேர்களை அறிந்து வைத்திருந்த ஆச்சார் என்பவரின் மூலம் பிரபல தயாரிப்பாளர், இயக்குனர் கே. சுப்ரமணியத்திடம் சந்திரபாபுவை அறிமுகம் செய்துவைத்தார். அறிமுகம் காரணமாகவோ அல்லது அதிர்ஷ்டம் காரணமாகவோ கே.சுப்பிரமணியம் சந்திரபாபுவை சேர்த்துக் கொண்டார்.

கலைவாணி பிலிம்ஸ் என்ற அவருடைய கம்பெனியில் புதிதாகச் சேரும் எவருக்கும் பாட்டுப் பாடும் பயிற்சி, நடனப் பயிற்சி எல்லாம் முதலில் சொல்லிக் கொடுப்பார்கள். அப்படி அங்கு ஒரு வருடத்துக்கு மேல் பயிற்சி எடுத்துக் கொண்டார் சந்திரபாபு. பெரும் பொருட்செலவில் தயாரிக்கப் படவிருந்த கே.சுப்ரமணியத்தின் படம் ஆரம்பிக்கப்படவே இல்லை.

மேலும் சந்திரபாபுவின் இயல்பின்படி அவர் இடம், பொருள், காலமறியாமல் சட்டென்று கொட்டிவிடும் வார்த்தைகள் தவறாகப் புரிந்துகொள்ளப்பட்டு அவரை அதன் காரணமாகவே விலக்கிவிட்டார்கள்.

சோர்வுடன் வீட்டிற்கு வரும் சந்திரபாபுவிடம் ரோட்ரிகஸ் அவருக்கு ஒரு வேலை ஏற்பாடு செய்திருப்பதாகக் கூறினார்.

சந்திரபாபு, "சினிமா தவிர வேறெந்த வேலைக்குப் போகவும் உத்தேசமில்லை" என்று சொல்ல, ரோட்ரிகஸ் கோபத்துடன் கடுமையான வார்த்தைகளால் திட்டினார்.

சந்திரபாபு கோபத்துடன் வீட்டை விட்டு வெளியேறினார்.

வெளியேறிய சந்திரபாபு எங்கெங்கோ சாப்பிட்டு, அது அரை வயிறோ கால் வயிறோ, ஒரு வேளையோ இரு வேளையோ உண்டு, சினிமா கம்பெனி கம்பெனியாக ஏறி இறங்கினார். எங்கு இடம் கிடைக்கிறதோ அங்கு படுத்தெழுந்து வேட வேட்டையைத் துவங்குவார்.

ஒரு சமயம் சந்திரபாபு பாடச் சந்தர்ப்பம் கேட்டு எஸ்.எம்.சுப்பையா நாயுடுவிடம் சென்றார். அவருடைய உதவியாளர் எம்.எஸ்.விஸ்வநாதன். அவர்தான் ட்யூன் சொல்லிக் கொடுத்து புதிதாக பாட வருபவர்களை பாட வைத்து சோதிப்பார்.

அப்போது இயற்றப்பட்ட மெட்டையும் அதற்குண்டான பாடலையும் பாடிக்காட்டி சந்திரபாபுவிடம் அதைப்போல பாடச் சொன்னார்.

சந்திரபாபு பல முறை முயன்றும் எம்.எஸ்.விஸ்வநாதனைப் போல பாட முடியவில்லை. அப்போது அங்கு எஸ்.எம். சுப்பையா நாயுடு வந்தார்.

“என்ன விச்சு, எப்படி தம்பி பாடுகிறான்?” என்று கேட்க, “தம்பி எங்கே பாடுது... நல்லா பேசுது!” என்று கூற சுப்பையா நாயுடு உட்பட அங்கிருக்கும் வாத்தியக்காரர்கள் சிரித்தார்கள்.

ஒருவன் குறையைச் சுட்டிக்காட்டுவது வெறும் குணம். சுட்டிக்காட்டி திருத்திக்கொள்ளும் வழியைச் சொல்வது நற்குணம். குறையைக் கண்டு சிரிப்பது துர்குணம். அன்றென்னமோ அப்படி ஆகிவிட்டது.

*

சந்திரபாபுவைப்போலவே வாய்ப்புக்கு அலையும் இரு நண்பர்கள்... வேதாவும், டோலக் ராமுவும்.

மெரீனா கடற்கரையில் மூவரும் ஒரு மாலை பசியுடன் பொழுதை எப்படிக் கழிப்பது என்று உட்கார்ந்திருக்கிறார்கள். வேதாவும் டோலக் ராமுவும் பரோட்டா, சிக்கன், மசாலா தோசை என்று சாப்பாட்டைப் பற்றியே பேசிக்கொண்டிருந்தார்கள்.

சட்டென்று சின்னக் கோபத்துடன் சந்திரபாபு, “என்னடா தீனியப் பத்தியே பேசிட்டு இருக்கீங்க. வேதா, இந்த ட்யூன வாசி” என்று தன் குரலாலே ஒரு டியூனைப் பாடுகிறார். வேதா தன் ஆர்மோனியத்தில் அதை வாசிக்க, ராமு டோலக்கைத் தட்டுகிறான்.

அந்த டியூனுக்கு சந்திரபாபு பாடியவாறு ஆட ஆரம்பித்தார். கடற்கரையில் இருந்தவர்கள் சுற்றிலும் குழும ஆரம்பித்தார்கள். ‘இசை நிகழ்ச்சி’ முடிந்ததும் பல பேர் காசு போட்டார்கள்.

“வேதா, இன்னிக்கி சோத்துக்கு வழி கிடைச்சிடிச்சி. கையில் கலையிருக்க, கவலை எதுக்கு நண்பா?”

“பிச்சை எடுக்கிறதுக்குப் பேரு கலையா..?” தனக்குப் பின்னால் கேட்ட குரல் பழகிய குரலாக இருக்க, சந்திரபாபு திரும்பினார்.

ரோட்ரிகஸ்!

“அப்பா, ஒண்ணும் செய்யாம கேக்கறது பேருதான் பிச்சை. நாங்க ஆடறோம் பாடறோம் அந்த உழைப்புக்கு

மரியாதை இந்தக் காசு. நாங்க செய்யறதையே படமா எடுத்து கொட்டகையில போட்டா அதுவே வியாபாரம்" என்று தன்பக்க நியாயத்தை விளக்க முன்வந்தார் சந்திரபாபு.

"போதும் போதும்... வா போகலாம்!"

ரோட்ரிகஸ் சந்திரபாபுவை அழைத்துக்கொண்டு வீட்டுக்குச் சென்றார்.

வீட்டுக்குத் திரும்பி வந்த பிறகும் சந்திரபாபுவின் வேட்டை மட்டும் விடாமல் தொடர்ந்தது.

பல நாட்கள் வீட்டுக்குப் போக முடியாமல் ஏதோ கிடைத்ததைச் சாப்பிட்டுக்கொண்டு எங்கெங்கோ தங்கி இருந்து மனந்தளராமல் வாய்ப்புக்கு அலைந்துகொண்டு இருந்தார்.

அப்படி ஒரு நாள்...

உடல் சோர்ந்து நடந்துவரும் நேரம் சாந்தோம் வீதியில் ஓர் ஊர்வலம் தெரிந்தது.

இத்தாலியிலிருந்து வரவழைக்கப் பட்ட பாத்திமா மாதாவின் சிலை கொண்டு செல்லப்பட்டுக்கொண்டிருந்தது. அதைத் தூரத்திலிருந்து பார்த்துக்கொண்டிருந்த சந்திரபாபுவினுள் ஓர் இனந்தெரியாத சக்தி புகுந்ததுபோல இருந்தது.

கூட்டத்தில் நுழைந்து பரபரப்புடன் பாத்திமாசிலை சுமந்து செல்லும் சப்பரத்தின் அருகில் செல்ல முயன்றார். பாத்திமா மாதா சிலையை எப்படியாவது தொட்டுவிட வேண்டும் என்ற வெறி அவரைத் தொற்றிக்கொண்டது.

இடித்து நெருக்கி முண்டியடித்து அருகில் சென்றும் தொட்டுவிடும் தூரத்தை அடைய முடியவில்லை.

ஏற்கெனவே தளர்ந்துபோயிருந்ததால் கூட்டத்தின் இடிபாடுகளில் சிக்கி தரையில் விழுந்தார்.

சுதாரித்து எழுந்ததில் மாதாவின் சப்பரம் அதிக தூரம் தள்ளிப்போய் இருந்தது.

சன்னதம் இறங்கிவிட்ட சாமியாடியைப்போல் இன்னும் வெறியுடன் முட்டி மோதி சப்பரத்தை நெருங்கிவிட்டார்.

இயக்குநர் கே.ராஜேஷ்வர் | 33

இன்னும் ஓரிரு அடிகள்தான்.

யாரோ ஒருவன் பின்னாலிழுக்க சந்திரபாபு முழு பலத்தையும் பிரயோகித்து முன்னிழுக்க முன்னாலிருக்கும் சிலரைத் தள்ளி அப்படியே சப்பரத்தில் போய் விழுந்தார்.

சப்பரம் இவர் விழுந்த இடையூறினால் நின்றுவிட்டது.

கண்களைச் சற்றே உயர்த்திப் பார்த்தால், பாத்திமா மாதா!

சற்றே கைகளை நீட்டி, மாதாவின் கால்களைத் தொட்டு விட்டார் சந்திரபாபு. உடலெங்கும் மின்னல் பாய்ந்தது போல ஓர் உணர்வு. அந்த ஒரு கணத்தில் கடந்தகாலம், நிகழ் காலம், எதிர்காலம் எல்லாம் கரைந்து பெரும் பிரபஞ்சத்தின் மையச்சூழலில் பேரானந்தமாக சுழல்வதுபோல ஒரு அனுபவம்.

சந்திரபாபு மாதாவின் அருள் பொழியும் கண்களைப் பார்க்க, சந்திரபாபுவுக்குத் தாரைதாரையாகக் கண்ணீர் வழிந்தது!

அதுவரைதான் சந்திரபாபுவுக்கு நினைவு. அதன் பிறகு, உணர்விழந்து விடுகிறார்!

இறை அனுபவம் என்பது ஒரு கொடுப்பினை. மெய்மையின் உள்ளிலும் வெளியிலும் ஜென்ம ஜென்மமாக தன் இருப்பைத் தேடி பயணம் செய்ததின் பலனாக அது நிகழ்கிறது.

சந்திரபாபு காலையில் கண் விழித்தார்.

வீட்டு முன் ஒரு கார் வந்து நின்றது. காரோட்டி, "வேதா சார் அனுப்பிச்சாரு. ஒரு சிங்களப் படத்துக்கு மியூசிக் டைரக்டரா புக் ஆகியிருக்காரு. முதல் பாட்டு ரெக்கார்டிங் இன்னிக்கி. நீங்க பாடணும்னு வண்டிய அனுப்பிச்சிருக்காரு."

"இது மாதாவின் வரம். மாதா என் மேல் மின்னலாகப் பாயவில்லை. என் விதியினுள் அருளாகப் பாய்ந்திருக்கிறாள்" என்று புரிந்துகொண்ட சந்திரபாபுவின் கண்கள் பனித்தன.

"நீங்க வண்டிய எடுத்திட்டுப் புறப்படுங்க. நான் இன்னும் ஒரு மணி நேரத்தில ஸ்டூடியோவுக்கு வந்திடறேன்னு வேதா கிட்ட சொல்லுங்க!"

சந்திரபாபு உடைகளை மாற்றிக்கொண்டு நேராக கடவுளர் படங்களை விற்கும் கடை ஒன்றுக்குச் சென்றார். அங்கு அவர் தேடிய பாத்திமா மாதாவின் அழகான படம் கிடைத்தது. கடைக்காரன் விலை ஐந்து ரூபாய் என்று கூறினான். சந்திரபாபுவிடம் பஸ்ஸுக்கு மட்டுமே சில்லறை இருந்தது.

ஐந்து ரூபாய்க்கு எங்கு போவது?

'பௌரரா நல்ல நண்பன். புரசைவாக்கத்தில் இருக்கிறான். அவனிடம் ரெக்கார்டிங் காசு சாயங்காலம் கிடைத்துவிடும்,

திருப்பிக் கொடுத்துவிடுகிறேன் என்று சொல்லி ஐந்து ரூபாய் கடன் வாங்கி விடலாம்' என்று சந்திரபாபு எண்ணினார்.

சந்திரபாபு விறுவிறுவென்று நடந்தே நாலைந்து கிலோமீட்டர் தூரம் இருக்கும் புரசைவாக்கம் போனார்.

நல்லவேளை, பெரைரா வீட்டில் இருந்தார். அவர் புகைப்படக்காரர் ஆதலால் தானெடுத்தப் புகைப்படங்களை ஆல்பத்தில் ஒட்டிக்கொண்டிருந்தார்.

"வாப்பா சந்திரபாபு. உக்காரு. அஞ்சு நிமிஷம் கொடு. இத ரெடி பண்ணீட்டு வந்திடறேன்."

சந்திரபாபு பெரைரா வரும் வரைக்கும் ஜன்னலோரம் காய்வதற்காக அவரெடுத்த படங்களை வரிசையாக வைத்திருந்ததை பார்த்துக்கொண்டிருந்தார். முதலிரு வரிசை தாண்டி மூன்றாவது வரிசை முழுவதும் பாத்திமா மாதாவின் புகைப்படங்கள். அவையெல்லாம் பெரைரா முந்தின நாள் மாதா ஊர்வலத்தில் எடுத்தது.

"பெரைரா... இந்த மாதா படத்த வாங்கத்தான் உன்கிட்ட காசு கேக்க வந்தேன்!"

"அட, இதுக்கென்ன காசு. வேண்டிய படத்த எடுத்துட்டு போப்பா.." என்று பெரைரா சொன்னார்.

"அன்று பெரைராவிடம் நான் பெற்றுக்கொண்ட பாத்திமா மாதா படத்தை சட்டம் போட்டு மேஜையில் என் வாழ்நாள் முழுக்க வைத்திருந்தேன்."

சில நாட்களிலேயே மீண்டும் விருத்தாசலத்தை சந்தித்தார் சந்திரபாபு.

"தம்பி, உண்மை என்பது உண்மையாகவே தொலைஞ்சு போன இடம் சினிமா. அங்க எல்லாமே போலி, பொய், புளுகு. அந்த இடத்தில நம்ம சொந்த இயல்ப தொலைச்சிடாம இருகிறதுதான் முதலும் முடிவுமான போராட்டம். உண்மையா வாழணும்னா முட்டணும், மோதணும், அடிக்கப்படணும், தூக்கி எறியப்படணும், மிதிக்கப்படணும். இதில என்ன பயன்னு கேட்டா மனதோட அடியாழத்தில நான் நானாக இருக்கிறேங்கற

திருப்திதான். நீ நீயாகத்தான் இருக்கிற. இனிமேயும் நீ நீயாகவே இரு தம்பி!"

விருத்தாசலம் நீண்ட நேரம் பேசினார்.

சந்திரபாபுவும், தான் தன் இயல்புப்படி இருப்பதின் சந்தேகம் களைந்து அப்படி இருப்பது சரிதான் என்ற நம்பிக்கை கொண்டார்.

பின்னர் விருத்தாசலம் தம் நண்பர் பி.எஸ்.ராமையாவிடம் சந்திரபாபுவை அழைத்துச் சென்றார். பி.எஸ்.ராமையா இலக்கிய வட்டாரங்களில் பிரபலமான எழுத்தாளர். அப்போது 'தன அமராவதி' என்ற படமொன்றைத் தயாரித்து இயக்கிவந்தார்.

அவரிடம் விருத்தாசலம், "தம்பி பேரு சந்திரபாபு. நடிக்க, பாட, ஆடத் தெரிஞ்சவரு. குறிப்பா காமெடி நல்லா பண்ணுவார்" என்று அறிமுகம் செய்துவைத்தார்.

அதற்கு பி.எஸ்.ராமையா, "அப்படியா? நீங்க சொல்லீட்டீங்க. படம் ஏற்கெனவே ஆரம்பிச்சு பாதிக்கும் மேல வளர்ந்திடுச்சு. நல்ல ரோல் ஒண்ணுல நிச்சயம் சந்தர்ப்பம் தாறேன்" என்று உறுதியளித்தார்.

மகிழ்ச்சியுடன் சந்திரபாபு, "ரொம்ப நன்றி சார்" என்றார்.

நன்றி என்று மட்டும் சொல்லிவிட்டுத் திரும்பியிருந்தால் நன்றாக இருந்திருக்கும்.

பல தடங்கல்களை வழியெங்கும் விதி போட்டுச் சென்றால் சில இடங்களில் தானே தடைகளைப் போட்டுக்கொள்ளுவான் மனிதன். அதுபோலத்தான் அன்றும்.

சந்திரபாபு மேல் திருப்திகொண்ட பி.எஸ்.ராமையாவிடம் இன்னும் அவர் தரத்தை மேலேற்ற, "தம்பி சாதாரணக் குடும்பதிலேருந்து வரல. தியாகி ரோட்ரிகஸோட மகன்" என்றார் விருத்தாசலம்.

அதுதான் பிரச்னை ஆகிவிட்டது.

"ஓ அப்படியா" என்று மரியாதை கலந்த ஆச்சர்யத்தைக் காட்டினார் ராமையா. அடுத்து அவர் சொன்னதுதான் வந்த காரியத்தைக் கேள்விக்குறி ஆக்கியது.

"தம்பி, அப்பா மரியாதைக்குரிய பெரிய தியாகி. என்னை அவரு தப்பா எடுத்துக்கக் கூடாது. எதுக்கும் நீங்க அவரிடம் ஒரு அனுமதிக் கடிதம் வாங்கிட்டு வந்திடுங்க!"

வெளியே விருத்தாசலமும் சந்திரபாபுவும் நடந்து போகும் போது, "கடைசியா உங்க அப்பா யாருன்னு நான் சொல்லியிருக்க வேண்டியதில்லை" என்று விருத்தாசலம் நியாயமாக விசனப்பட்டார்.

அன்று மாலை வீட்டுக்கு வந்த ரோட்ரிகஸ் மேஜையின் மீது வைக்கப்பட்டிருந்த கடிதம் ஒன்றைப் பார்த்தார்.

அன்பு மகன் சந்திரபாபு எழுதி வைத்திருந்தது.

அதில், "அன்புக்கும் மரியாதைக்குமுறிய திரு. பி.எஸ். ராமையா அவர்களுக்கு, நீங்கள் எழுதி இயக்கி வரும் "தன அமராவதி" திரைப்படத்தில் என் மகன் சந்திரபாபு நடிப்பதில் எனக்கு எந்த ஆட்சேபணையும் இல்லை. இங்ஙனம், ரோட்ரிகஸ்" என்று எழுதப்பட்டிருந்தது.

"என்னடா இது..?"

"பெர்மிஷன் லெட்டர்... ஸ்கூல் முடிச்சும் ஸ்கூல் ரூல்சோட இந்த சொசைட்டி மனுஷனை நடத்துது!"

ரோட்ரிகஸ் கோபத்துடன் அந்த லெட்டரைக் கிழித்துப் போட்டார்.

சந்திரபாபு சற்றும் தாமதிக்காது தன் பையிலிருக்கும் அந்தக் கடிதத்தின் இன்னொரு நகலை எடுத்து மேஜை மீது வைத்தார்.

"அப்பா, நீங்க இப்படி பண்ணுவீங்கன்னு தெரியும். இன்னும் நூறு காபி எழுதிவெச்சிருக்கேன்!"

"ம்ஹூம்" என்று கோபத்துடன் தன்னறையினுள்ளே சென்றுவிட்டார் ரோட்ரிகஸ்.

"அப்பா, நீங்க காட்டிய அஹிம்ஸா வழி. இந்த லெட்டரில நீங்க கையெழுத்துப் போடலேன்னா சாகற வரைக்கும் உண்ணாவிரதப் போராட்டம்" என்று சத்தம்போட்டு தன் தந்தை காதுபட சந்திரபாபு ஓங்கிக் கத்தினார்.

பின்னர் சந்திரபாபு மொட்டைமாடிக்குச் சென்று மரக்கட்டில் ஒன்றில் சம்மணமிட்டு உட்கார்ந்து கொண்டார்.

ஒரு நாள் கழிந்தது.

அவர் தாயும் சகோதர சகோதரிகளும் மன்றாடினர். சந்திரபாபு மனம் மாறவில்லை.

இரண்டாவது நாளும் குடும்பம் சூழ நாளைக் கடத்தினார்.

மூன்றாவது நாள் மிகவும் சோர்ந்துபோய் சுருண்டு படுத்துக்கிடந்தார்.

"என்னத் தனியா விடுங்க. இது எனக்கும் அப்பாவுக்குமான பிரச்னை. நீங்க எல்லாரும் உங்க வேலையப் பாருங்க. இப்படிச் சுத்தி இருந்தீங்கன்னா நான் இந்த மொட்ட மாடிலேருந்து குதிச்சிருவேன்!"

என்று சந்திரபாபு கூற, குடும்பத்தினர் கவலையுடன் இடத்தைக் காலி செய்தனர்.

நாலாவது நாள் காலையில் சந்திரபாபு லேசாகக் கண் விழித்தார்.

மொட்டை மாடி குட்டிச்சுவரில் ஒரு சிறு கல்லின் கீழ் வைத்த காகிதம் காற்றில் படபடத்தது.

சந்திரபாபு சற்றே தள்ளாடி நடந்துபோய் மடித்து வைக்கப்பட்ட அந்தக் காகிதத்தைப் பிரித்துப் பார்த்தார்.

அதில்,

"அன்புக்கும் மரியாதைக்குமுரிய திரு. பி.எஸ். ராமையா அவர்களுக்கு, நீங்கள் எழுதி இயக்கி வரும் 'தன அமராவதி' திரைப்படத்தில் என் மகன் சந்திரபாபு நடிப்பதில் எனக்கு எந்த ஆட்சேபணையும் இல்லை..." என்று எழுதி அத்தோடு,

"...அவருக்கு நடிக்க வாய்ப்புக் கொடுத்த உங்களுக்கு நன்றியும் கூறிக்கொள்கிறேன். இங்ஙனம், ரோட்ரிகஸ்" என்று வரியையும் சேர்த்திருந்தார்.

அப்புறம் என்ன?

'தன அமராவதி' படத்தில் சந்திரபாபுவுக்கு ஒரு பொற்கொல்லர் வேடம். அந்த முதல் படத்திலேயே அவருக்குப் பாடும் வாய்ப்பும் கிடைத்து. 'தன அமராவதி' படப்பிடிப்பின்போது ஒரு முறை ராமையாவிடம் "நீங்கள் புதுமைப்பித்தனின் 'பொன்னகரம்' போன்ற கதைகளைப் படமாக்க வேண்டும். என்ன ஒரு அற்புதமான ரைட்டர் அவர்" என்றார் சந்திரபாபு.

ராமையா குழப்பத்துடன் அருகே நின்று கொண்டிருந்த விருத்தாசலத்தைப் பார்த்தார். விருத்தாசலமும் நமட்டுச் சிரிப்புடன், "தம்பிக்குத் தெரியாது" என்றார். ராமையா சந்திரபாபுவிடம் "தம்பி, நீங்க ஓஹோன்னு பாராட்டற அந்த புதுமைப்பித்தன் வேற யாருமில்ல, இந்த விருத்தாசலம் தான்" என்றார்.

கையிலிருப்பது கோஹினூர் வைரமாக இருந்தாலும், அதன் மதிப்பறிந்த ஒருவன் அதை வைரமென்று அடையாளம் காட்டும் வரை அது வெறும் கல்தானே?

*

"இந்த பாரு பாபு, உன்னோட அயர்ச்சி இல்லாத தொடர்ந்த முயற்சி எனக்கு கிரேக்க புராணக் கதை சிசிபஸ்ஸ ஞாகப்படுத்துது" என்று கணபதி சொல்ல ஆரம்பித்தார்.

கணபதி, சந்திரபாபு தேடிப்போய் சந்திக்கும் நண்பர். நிரம்பப் படித்தவர். சந்திரபாபு இது போன்ற அறிவு ஜீவிகளை ரொம்பவும் விரும்புவார். அவர்கள் தோழமையை நாடுவார்.

இருவரும் ஒரு காபி கிளப்புக்கு சென்று ஒரு மேசையைப் பிடித்தார்கள்.

சந்திரபாபு வாயில் விரலை வைத்து விசிலடித்து வெய்ட்டரைக் கூப்பிட்டார். அப்படி அழைப்பது அவர் வழக்கம். காபி ஆர்டர் செய்துவிட்டு, "என்ன, சிசிபஸ்ஸுன்னு என்னோமோ சொன்னே? என்ன அது?"

"கிரேக்கக் கடவுளால சபிக்கப்பட்டவன் மன்னன் சிசிபஸ். அவனுக்குத் தண்டனை என்னன்னா ஒரு பெரிய பாராங்கல்ல ஒரு மலைமேலே உருட்டிட்டு உச்சிக்கு போகணும். ஆனா உச்சிக்கு அதைக் கொண்டுபோன உடனே அது கீழே உருண்டு வந்திடும். திரும்பவும் அதை உருட்டிக்கொண்டு மேலே கொண்டுபோவான். அது திரும்பவும் கீழே உருண்டு வந்திடும். இது தொடர்ந்து முடிவே இல்லாம காலாகாலமா நடந்துகிட்டே இருக்கும். மனித முயற்சிகளின் குறியீடு இந்தக் கதைன்னு ஆல்பர்ட் காம்யுங்கற தத்துவஞானி சொல்றாரு. பாராங்கல்ல உருட்டி மேலே கொண்டு போறதும் அது திரும்பவும் கீழே உருண்டு விழுவதும்ங்கர அபத்தத்தத்தான் நாமும் செஞ்சிட்டு இருக்கிறோம். எதையும் நாம அடைய போறதில்லைன்னா வாழ்க்கைக்கு என்னதான் அர்த்தம். ஒண்ணுமில்லைன்னா இருக்கிறதில என்ன அர்த்தம்? இருக்கிறதில அர்த்தமில்லைன்னா இறக்கிறதுல என்ன தப்பு? அர்த்தமில்லாத வாழ்க்கையோட அபத்தத்துக்கு தற்கொலைதான் ஒரு ஒப்புதல் போலங்கறார்."

"நான் ஜெமினி ஸ்டூடியோவில நடிச்ச துண்டு நாடகம்கூட தற்கொலை செஞ்சிகிட்ட ஒருத்தனைப் பத்தினதுதான்" என்று கூறி சந்திரபாபு ஆழ்ந்து சிந்தித்தார்.

*

தற்கொலை முயற்சியில் வெற்றியடையாத சந்திரபாபு ஆஸ்பத்திரி வார்டில் கண் விழித்தார். எதிரே ஆர்.கணேஷ்.

"அப்பாடா...என்னப்பா இப்படிப் பண்ணிட்டே. பாஸ் அதிர்ச்சி அடஞ்சிட்டார். இப்ப அவர் தயாரிக்கற படத்தில ஒரு வேஷம் கொடுக்கவும் சொல்லியிருக்காரு" என்றார் ஆர்.கணேஷ்.

"ஒரு வேஷம் கிடைக்க, விஷம் குடிக்க வேண்டியிருக்கு தமிழ் சினிமாவில..."

"ஆஸ்பத்திரி செலவெல்லாம் ஸ்டூடியோ குடுத்திடுச்சி. நாலஞ்சு நாள் ரெஸ்ட் எடுத்துட்டு ஸ்டூடியோவுக்கு வந்து பார். நான் புறப்படறேன்!"

ஆர்.கணேஷ் போன சில நிமிடங்களில் உள்ளே ஒருத்தி நுழைந்தாள்.

"சாரி. நான் தவறுதலா உங்க ரூமுக்கு வந்துட்டேன்."

"நீ மிஸ்டிதானே..?"

"யெஸ்..."

அவள் மிஸ்டிதான்!

பள்ளியில் பார்த்தபோது இருந்ததை விட இன்னும் அழகாகத் தெரிந்தாள்.

"நீங்க..?"

"என்னைத் தெரியலையா..? செயின்ட் ஜோசப் ஸ்கூல்... சந்திரபாபு..."

"ஓ யெஸ். என்ன ஆச்சு... இப்படி..!?"

"அது ஒரு கதை. எப்படி இருக்கும் பாக்கலாம்னு விஷம் குடிச்சிட்டேன். இங்க கொண்டுவந்து போட்டுட்டாங்க. ஒரு நாள் மிகப் பெரிய ஆளா வருவேன்னு சொன்னியே, இதுதான் அதுவா?"

"இதுவும் அதுக்கான வழியா இருக்கலாம்!"

"நடந்தது ஒரு விபத்து!"

"திட்டமிடாம நடக்கிறது பேருதான் விபத்து. திட்டமிட்டிருந்தா அது பேரு விபத்து இல்ல."

"யோசிக்காம செஞ்சிட்டேன். அதான் விபத்துன்னு சொன்னேன். சில சமயம் நான் எதுக்குமே லாயக்கிலாதவனோங்கற பயம் என்னை பிடிச்சி அழுத்துது!"

"உனக்குள்ள இருக்கிறவனை நீ கண்டுபிடிசிட்டேன்னா நீயே அதிர்ச்சி அடைஞ்சிடுவே!"

"அவ்வளவு மோசமாகவா இருப்பேன்?"

மிஸ்டி கலகலவென்று சிரித்தாள்

"நீ இப்போ?"

"லோக மாதா பத்திரிகைல சிறப்புக் கட்டுரைகள் எழுதறேன்."

"நான் கஷ்டங்களை முழுங்கிக்கிட்டு இருக்கறேன்."

"கஷ்டத்த தாங்கறது எளிது. தாண்டறது இயலும். தாண்டின பிறகு தாக்குப் பிடிக்கிறதுதான் சவால்" என்றாள் மிஸ்டி.

"இத ஏன் எங்கிட்ட சொல்றே?"

"ஒனக்குத்தான் சொல்லணும். இனி வரும் நாட்கள்ல இப்ப சொன்னத ஞாபகம் வெச்சுக்கோ..."

மிஸ்டி போனபிறகும் அவள் கூறியது சந்திரபாபுவின் மனதில் ஓடிக்கொண்டிருந்தது.

*

தற்கொலை செய்ய முயற்சித்ததாக சந்திரபாபு மேல் வழக்கொன்றைப் பதிவு செய்து அவரை கோர்ட்டில் நிறுத்தினார்கள்.

"நீங்கள் தற்கொலை முயற்சி செய்தீர்களா?" அரசு வக்கீல் குறுக்கு விசாரணை செய்தார்.

"நான் தற்கொலை முயற்சி எதுவும் செய்யலையே.

நான் தின்னது துத்தநாகம். துத்தநாகம் திங்கறது சட்ட விரோதம் ன்னு எந்தச் சட்டத்தில இருக்கு சார்?" சந்திரபாபுவின் பதில்.

"துத்தநாகம் தின்னா செத்துடுவாங்கன்னு தெரியாதா உங்களுக்கு?"

"ஆனால் நான் சாகலையே!"

"துத்தநாகம் தின்று சாவதற்கு முயற்சி செய்ததாக வழக்கு!"

"செத்துப்போயிருந்தா வழக்கெதுவுமில்ல. அப்போ நான் பொழச்சதுதான் குத்தமா?"

"அது வேறு விஷயம். நீங்க ஏன் தற்கொலை செய்ய முயற்சித்தீர்கள்?"

சந்திரபாபு ஒரு தீப்பெட்டியை தன் பேண்ட் பாக்கெட்டிலிருந்து எடுத்து, ஒரு தீக்குச்சியைப் பற்ற வைத்து தன் உள்ளங்கையில் எரியும் நெருப்பை வைத்து அழுத்தினார்.

ஜட்ஜ் பதறிப்போய் "என்ன, என்ன செய்கிறீர்கள்?" என்று கேட்டார்.

"யுவர் ஆனார், இந்த நெருப்ப நான் கையில வெச்ச காட்சியைத்தான் நீங்க பாத்தீங்க. ஆனா அந்த நெருப்பு என்னச் சுட்ட வலிய நீங்க யாரும் உணர முடியாது. அது மாதிரித்தான் எனக்குத் தகுதியான வேலையத் தேடறதத்தான் நீங்க பாக்க முடியும். அது கிடைக்கலைங்கறப்போ நான் உள்ளுக்குள்ள எரிஞ்சு துடிக்கிறத யாரும் பாக்க முடியாது."

நீதிபதி சற்று நேரம் சந்திரபாபுவை உற்றுப் பாத்துவிட்டு "இனிமேல் தற்கொலை முயற்சியில் ஈடுபட மாட்டேன் என்று உறுதி அளிப்பீர்களா? உங்களுக்கு ஒரு எச்சரிக்கையுடன் வழக்கை முடித்துக்கொள்கிறேன்."

"ஆனரபிள் ஜட்ஜ். இந்தச் சமூகம் எனக்குத் தகுதியான வாய்ப்பைத் தரும்னு நீங்களும் உறுதியளிக்க முடியுமா?"

சந்திரபாபு எச்சரிக்கப்பட்டு வழக்கிலிருந்து விடுவிக்கப் பட்டார்.

ஜெமினி ஸ்டூடியோவின் பாஸ், அவரது தயாரிப்பிலிருந்த மூன்று பிள்ளைகள் என்ற படத்தில் ஐந்து நிமிடம் வரும் நகைச்சுவைக் காட்சியில் சந்தர்ப்பம் கொடுத்தார்.

ராமாயணத்தில் தசரதன் இறந்தவுடன் ராமன் துக்கம் தாங்காமல் சோகப் பாடல் ஒன்று பாடுவது போன்ற காட்சி.

அதை பம்பாயிலிருந்து வந்திருக்கும் இசையமைப்பாளர் எப்படி மேற்கத்திய பாணியில் இசையமைக்கிறார் என்பது காட்சி. சந்திரபாபு அதை அமைத்த விதம் பாஸுக்குப் பிடித்துப் போய் சந்திரபாபுவையே காட்சியை எடுத்துக் கொடுக்கச் சொல்லிவிட்டார்.

*

அப்போது ஓரிரு படங்களில் கதாநாயகனாக நடித்து, வெற்றி அடைந்து முன்னேறி வரும் நடிகர்களில் ஒருவராக அடையாளம் கண்ட நடிகர் எம்ஜிஆரிடம் சென்று வாய்ப்புக் கேட்க சந்திரபாபு முடிவு செய்தார். எம்ஜிஆர் ஒரு ஸ்டூடியோவில் படப்பிடிப்பில் இருப்பதை அறிந்து அங்கு சென்றார்.

நடந்து ஸ்டூடியோவுக்கு செல்பவர்களை தடுத்து நிறுத்தித் திருப்பி அனுப்புவதைத் தொழில் தர்மமாககொண்டவர்கள் ஸ்டூடியோ காவலாளிகள். அந்த தர்மம் பழுது படாமல் சந்திரபாபுவும் ஸ்டூடியோ வாசலில் தடுத்து நிறுத்தப் பட்டார். சட்டென சந்திரபாபுவும் தான் நடித்த நாலைந்து படங்களையும் தற்போது படப்பிடிப்பில் இருந்த எம்ஜிஆர் படமொன்றையும் கூறி அதில் நடிக்க எம்ஜிஆர்தான் வரச் சொல்லியிருக்கிறார் என்று கூற "நீ பேன்ட் சட்டை மட்டுமில்ல, ஷூ வேற போட்டிருக்கிறதானால உள்ளே விடறேன்" என்று அவரை அனுமதித்தான்.

"ஓகோ, ஸ்டூடியோவுக்கு உள்ளே செல்ல கார் வேண்டும் அல்லது குறைந்த பட்சம் ஷூவாவது போட்டிருக்க வேண்டும்" என்ற நெறிமுறையைப் புரிந்துகொண்டார் சந்திரபாபு.

மதிய வேளையாயிருந்ததால் உணவு முடித்து ஒரு மரத்தடியில் எம்ஜிஆரும் என்.எஸ்.கிருஷ்ணனும் பேசிக்கொண்டிருந்தார்கள்.

அருகில் சென்ற சந்திரபாபு, "வணக்கம்" என்றார்.

"நீங்க?"

"சார் நான் ஒரு ஆக்டர். குட் ஆக்டர். பேரு சந்திரபாபு. நீங்க நடிக்கிற படங்களில் எனக்கு சான்ஸ் கொடுங்கன்னு கேட்க வந்திருக்கேன்."

அதற்கு எம்ஜியார் "சந்திரபாபு சார், நான் தயாரிப்பாளரோ டைரக்டரோ இல்ல. உங்களை மாதிரி நானும் ஒரு நடிகன். நீங்க அவங்களைத்தான் போய் வாய்ப்புக் கேட்கணும்" என்றார்

"மிஸ்டர் எம்ஜிராமசந்திரன், நான் இங்க ஒரு சின்ன காட்சி ஒன்று நடிச்சிக்காட்டறேன். உங்களுக்குப் பிடிச்சிருந்தா நீங்க என்னை நீங்க நடிக்கிற படக் கம்பெனிகளில அறிமுகம் செஞ் சாப் போதும்."

எம்ஜிஆரும், "சரி" என்று சொல்ல, ஒரு பசு மாட்டிலிருந்து பால் கறந்து வேறொருவனுக்கு பால் விற்பதாக ஒரு காட்சியை எடுத்துக் கொள்கிறார் சந்திரபாபு.

பசு இருப்பதாக பாவனை செய்துகொண்டு பால் கறந்து தவலையில் ஊற்றி பால் வாங்க வந்திருப்பவனிடம் கொடுக்கிறார் பால்காரர் வேடத்திலிருக்கும் சந்திரபாபு. .

அவன் "வேண்டாம் வேண்டாம்" என்கிறான்.

"ஏம்ப்பா வேண்டாம்? பால் வாங்கத்தானே வந்திருக்கே?"

"பால் வாங்கத்தான் வந்திருக்கேன். ஆனா பால் வேண்டாம்!"

"அதான் ஏம்ப்பா?"

"ஏன்னா, நீ பனை மரத்துக்குக் கீழே நின்னு பாலை விக்கற!"

"அதனால என்ன"

"பனை மரத்துக்குக் கீழ நின்னு பாலைக் குடிச்சாலும், கள்ளைக் குடிச்சதாப் பேசுவாங்க."

"அப்ப கள்ளுக்கடை வாசலில பசு மாட்டை நிறுத்தி அது பக்கத்தில நின்னு கள்ளக் குடிச்சா பாலைக் குடிக்கிறேன்னு நினைப்பாங்களா என்ன.?"

என்.எஸ்.கிருஷ்ணன் சிரித்துக் குறுக்கிட்டு, "அது சரி பால்காரரே, ஒம்ம பால்ல அதிகம் தண்ணி கலக்கறீரே!"

"இது அபாண்டம்! நான் எப்பவும் பால்ல தண்ணி கலக்கவே மாட்டேன்."

"அப்ப?"

"தண்ணீலதான் கொஞ்சம் பாலக் கலப்பேன்!"

எம்ஜிஆரும் என்.எஸ்.கே. இருவரும் நன்றாகச் சிரிக்கிறார்கள்.

"நான் எம்ஜிஆர் சிரித்ததையே பார்த்துக் கொண்டிருந்தேன். அந்தச் சிரிப்பில் உள்ளிழுக்கும் ஒரு மாயம் இருந்தது. அதை எவரிடமும் நான் கண்டதில்லை. எம்ஜிஆரோடு நிச்சயம் படங்கள் நடிக்க வேண்டுமென்று உறுதிகொண்டேன்."

*

மேலும் ஓரிரு வருடங்கள் ஆயிற்று.

சிவாஜி கணேசன் நடித்து 'பராசக்தி' என்ற படம் வெளியாகி பெரிய வரவேற்பையும் தாக்கத்தையும் ஏற்படுத்தியது.

அதற்கு அடுத்த வருடமே சிவாஜியுடன் 'கண்கள்' என்ற படத்தில் நடிக்க வாய்ப்பு சந்திரபாபுவுக்கு வந்தது. பராசக்தி

படத்தை இயக்கிய கிருஷ்ணன்பஞ்சுதான் இந்தப் படத்துக்கும் இயக்குநர்கள்.

'கண்கள்' படத்தின் படப்பிடிப்புத் தளம்.

தளத்தினுள்ளே நுழைந்த சந்திரபாபு ஒப்பனையுடன் சிவாஜி கணேசன் உடகார்ந்திருப்பதைப் பார்த்து, "கணேசா, பராசக்தி பாத்தேன். கொன்னுட்டடா. 'சக்சஸ்'ன்னு ஆரம்பிச்சு கடைசி கோர்ட் சீன்ல பேசற டயலாக் வரை. எதைச் சொல்ல எதை விட..?" என்று சிவாஜியைக் கட்டிப் பிடித்து சற்றே மேலே தூக்கி பின் கீழிறக்குகிறார். சிவாஜி கணேசன் சங்கோஜத்துடன் "சரிடா சரிடா" என்று கூறி சந்திரபாபுவின் அணைப்பிலிருந்து விடுபட்டு நாற்காலியில் அமர்கிறார்.

அரங்கிலிருக்கும் அனைவரும் இருவரையும் வியந்து பார்க்க, சந்திரபாபு, "கணேசா ஒரு ரிக்வெஸ்ட்."

"என்னடா?"

"இங்கிருக்கிற எல்லார் சார்பாகவும் கேக்கறேன். மாட்டேன்னு சொல்லக் கூடாது. ஒரே ஒரு தடவை பராசக்தி கோர்ட் சீன மட்டும் நடிச்சிக் காட்டணும்."

"டேய், ஏற்கெனவே ஷூட்டிங் லேட்டா ஆகிட்டு இருக்கு. நீ வேற அத நடி, இத நடின்னுட்டு..."

"டைரக்டர் ஏதாவது சொல்வாரோன்னு பாக்கிறியா. சார், பஞ்சு சார், நீங்க டைரக்ட் பண்ண படம். ஒரு தடவ அந்த சீன நேர்ல பாக்கற சான்ஸ எங்க எல்லாத்துக்கும் கொடுங்க சார்!"

பஞ்சு அனுமதி கொடுத்ததும் சிவாஜி கணேசன் 'பராசக்தி' படத்தின் கோர்ட் சீனை நடித்துக் காண்பிக்கிறார். சந்திரபாபு உட்பட அனைவரும் கை தட்டுகிறார்கள்.

"அன்னிக்கி வலுத்த நட்பு... எனக்கும் சிவாஜிக்குமான நட்பு கடைசி வரை தொடர்ந்தது.

அடுத்த வருடமே 'கல்யாணம் பண்ணியும் பிரம்மச்சாரி' ங்கற படத்தில சிவாஜியோட நடிச்சேன். அதே வருஷம் நான் நடிச்ச இன்னொரு முக்கியான படம் 'ரத்தக் கண்ணீர்' அதில எம்.ஆர்.ராதா ஹீரோ."

'ரத்தக் கண்ணீர்' படப்பிடிப்பு.

கிருஷ்ணன்பஞ்சு இயக்கத்தில் அன்று சந்திரபாபு சம்பத்தப் பட்ட காட்சி படமாக்கப்பட்டுக்கொண்டிருந்தது. சந்திரபாபு அதில் சினிமா டைரக்டர் கதாபாத்திரம். பெயர் டிப் டாப். கதாநாயகனுக்கு எம்.ஆர்.ராதாவுக்கு உறவினராக டிப் டாப் கதாபாத்திரம் அமைக்கப்பட்டிருந்தது.

அதில் கதாநாயகனுக்கு குஷ்டரோகம் வந்து விட்டது என்ற செய்தியை, மாடிப்படியில் வேகமாக மேலே ஏறிச் செல்லும் போது டிப் டாப்பிடம் வழியில் வரும் வேலையாள் "ஐயாவுக்கு குஷ்டம்" என்று கூறினான். அதற்கு டிப் டாப் "ஐயாவுக்கு கஷ்டமா" என்று கேட்க "கஷ்டம் இல்லைய்யா, குஷ்டம்" என்று வேலையாள் திருத்தினான்.

அதைக் கேட்டவுடன் டிப் டாப் அதிர்ச்சியில் பத்தாவது படியிலிருந்து பக்கவாட்டில் கீழே கிடக்கும் ஒரு சோபாவில் விழுந்து பின் அதிலிருந்தும் தரையில் விழுந்தார்.

சந்திரபாபு ரிகர்சலில் இப்படிச் செய்யாமல் டேக்கில் இப்படி அபாயகரமாகச் செய்ய அதை எதிர்பார்க்காத கேமெராமேன் கீழே விழுந்ததைப் பதிவு செய்யாமல் விட்டுவிட்டார். "என்ன சார் எதுவும் சொல்லாம இப்படி பண்ணீட்டீங்களே?" என்று கேமெராமேன் கூற சந்திரபாபு சற்றும் பதறாமல், "அதுக்கென்ன இன்னும் பத்து தடவ வேணுமானாலும் விழுந்து எழுந்திரிக்கிறேன்" என்றார்.

அதே போல் அடுத்த டேக்கில் மீண்டும் முன்பு செய்தது போலவே பத்தாவது படியிலிருந்து கீழே விழுந்து காட்டினார்.

காட்சியைப் பார்த்தவாறு உள்ளே வந்த எம்.ஆர்.ராதா சந்திரபாபுவின் தோள்மேல் கையைப் போட்டு, "தம்பி சந்திரபாபு, சினிமாங்கறது இருக்கிறது மாதிரியான, ஆனா இல்லாத ஒரு உலகம். கடவுள் மாதிரி. சினிமாங்கறது ஒரு பொய். ஆனா அந்தப் பொய் மூலமா உண்மையச் சொல்றோம்ங்கறது தான் தமாஷு. சினிமா உலகத்தில எல்லாமே 'மாதிரி' தான். சிரிக்கிற மாதிரி, அழுகிற மாதிரி, விழுகிற மாதிரி, எழுகிற மாதிரி, சாகிற மாதிரி, பொழைக்கிற மாதிரி எல்லாத்தையுமே

‘மாதிரி’ தான் செய்யணும். இப்ப குஷ்டரோகி கேரக்டர் பண்ணறேன். அதுக்காக குஷ்டரோகி ஆகணுமா என்ன? விழுகிற மாதிரித்தான் செய்யணுமே தவிர நிஜமாகவே விழத் தேவையில்லை. இங்க அடிபடாம பாத்துக்கணும். அடிபட்டு விழுந்தா அவன் கதி அதோ கதிதான்...கேமெரா லைட்ட உள்ள இழுக்குது, ப்ரொஜக்டர் லைட்ட வெளிய தள்ளுது.

இந்தத் தள்ளுமுள்ளுக்குள்ள தான் சினிமாக்காரன் வாழ்க்கை. உடம்பைப் பாத்துக்க. முக்கியமா கை காலு ஒடையாம பாத்துக்க" என்றார்.

*

இந்த காலக்கட்டதில்தான் 'குலேபகாவலி' படத்தில நடிக்க டைரக்டர் டி.ஆர்.ராமண்ணா எம்ஜிஆருடன் நடிக்க சந்திரபாபுவை அழைத்தார்.

அந்நேரம் பல படங்களில் நடிப்பது மட்டுமல்லாது பாடி ஆடி பிரபலமாகிக் கொண்டிருந்தார் சந்திரபாபு.

ஆகையால் குலேபகாவலி படத்தில் சந்திரபாபுவுக்கு பாடல் ஒன்றை டி.ஆர்.ராமண்ணா தயார் செய்து வைத்திருந்தார்.

இசையமைப்பாளர்கள் விஸ்வநாதன்ராமமூர்த்தி.

சந்திரபாபு பாடல் மெட்டைக் கேட்பதற்காக விஸ்வநாதனைப் பார்க்கச் சென்றார். விஸ்வநாதனும் மெட்டைப் போட்டு பாடல்

வரிகளையும் பாடிக் காட்டினார். கேட்ட சந்திரபாபு ஒன்றும் பேசாமல் முகத்தை திருப்பி வைத்துக்கொண்டார்.

அவர் மனதில், முன்பொரு முறை விஸ்வநாதனிடம் வாய்ப்புக் கேட்டுப் போனபோது அவர் கூறியது நினைவில் மறுபடியும் மறுபடியும் மோதியது...

“எங்க பாடறார். இவர் பாடலை பேசறார்.”

விஸ்வநாதன் முகத்தை திருப்பி வைத்துக்கொண்டிருக்கும் சந்திரபாபுவிடம் மெதுவாக “பாட்டு பிடிச்சிருக்கா” என்று கேட்டார்.

சந்திரபாபு சற்றே அமைதியாய் இருந்து விட்டு “ஓ, நீங்க பாட்டா பாடிட்டு இருந்தீங்க. நீங்க பேசிட்டு இருந்தீங்கண்ணுல்ல நெனச்சிட்டு இருந்தேன்” என்றார்.

விஸ்வநாதனுக்குப் புரிந்துவிட்டது. முன்னமொரு முறை தான் சந்திரபாபு பாடியதைக் பற்றி கேலியாகக் கூறியதை அவர் மறக்கவில்லை என்பதை உணர்ந்துகொண்டார்.

"நான் இந்த சிச்சுவேஷனுக்குப் பாடணும், ஆடணும். இதுக்கு எப்படி ஆடறது?" என்று குத்தலாக விஸ்வநாதனிடம் கேட்டார் சந்திரபாபு.

விசுவநாதன் ஒன்றும் பேசாமல் தன் உதவியாளரிடம் ஆர்மோனியத்தை வாசிக்கச் சொல்லிவிட்டு, சரண வரிகளில் வரும் "அஞ்சாறு பெண்ணிருந்தா அரசனும் ஆண்டியடா" என்ற தொகையறாவில் ஆரம்பித்து "பப்பளபள பப்பளபள பட்டுகளா, அந்த பறந்து போற சிட்டுகளா" என்று டப்பாங்கூத்து நடையில் விஸ்வநாதன் பாடியவாறு நடனமாடினார்.

விஸ்வநாதன் பாடலைப் பாடி ஆடி முடிப்பதற்குள் சந்திரபாபு தடாலென்று எழுந்து விஸ்வநாதனைக் கட்டிப் பிடித்து, "பிரமாதம். நான் ஒரு முட்டாப் பய. ஏதோ பழச மனசில வெச்சுக்கிட்டு என்னத்தையோ சொல்லீட்டேன். மனசில வெச்சுக்காத விச்சு."

"எனக்கும் தெரியும். எத நீ மனசில வெச்சுட்டு பேசறேன்னு. அதான் ஆடியே காட்டிட்டேன். ஆடற மாட்ட ஆடிக் கறக்கணும்..."

"என்ன மாடுங்கறே..?"

"அப்படி இல்ல பாபு... ஒரு உதாரணத்துக்குச் சொன்னேன்."

"அதான பாத்தேன்!"

அடுத்து 'குலேபகாவலி' படப்பிடிப்பு.

அன்று எம்ஜிஆர் புலியுடன் சண்டையிடும் காட்சி.

அரங்கத்தில் புலியுடன் மோத எம்ஜிஆர் தயாராகிக் கொண்டிருந்தார். போதிய பாதுகாப்புடன் காட்சியை எடுக்கத் தயாராக ஏற்பாடுகள் செய்யப்பட்டிருந்தாலும் எம்ஜிஆர் சற்று பதற்றத்துடன்தான் இருந்தார்.

அங்கு வந்த சந்திரபாபு எம்ஜிஆர் அருகில் சென்று, "மிஸ்டர் ராமச்சந்திரன், நான் மிஸ்டர் எம்.ஆர்.ராதாவோட நடிக்கறப்போ அவரு ஒண்ணு சொன்னார். "தம்பி, சினிமா உலகத்தில எல்லாமே மாதிரிதான். சிரிக்கிற மாதிரி, அழுகிற மாதிரி, விழுகிற மாதிரி, எழுகிற மாதிரி, சாகிற மாதிரி,

பொழைக்கிற மாதிரி எல்லாமே மாதிரிதான் செய்யணும் னார். நிஜமாகவே புலியோட சண்டை போடணுமா?" என்று அக்கறையுடன் கேட்டார்.

அங்கு வந்த சண்டைப் பயிற்சியாளர் "பழக்கப்பட்ட புலிதான். ஐயாவுக்கு புலியப் பத்தி எல்லாம் நல்லாத் தெரியும்" என்றார்.

"ஐயாவுக்கு புலியப் பத்தி எல்லாம் தெரியும். ஆனா புலிக்கு ஐயாவப் பத்தி ஒண்ணும் தெரியாது. அதான என் கவலை!"

எம்ஜிஆர் சிரித்துவிட்டு, "பாபு சார். எப்படி பண்ணறேன்னு மட்டும் பாருங்க" என்று கூறி ஷாட்டுக்குச் சென்றார்.

எம்ஜிஆர் நிஜமாகவே புலியுடன் சண்டையிடும் காட்சி படமாக்கப்பட்டது. எம்ஜிஆரும் பத்திரமாக ஷாட்டை முடித்துவிட்டு வந்தார்.

சந்திரபாபு, எம்ஜிஆரைக் கட்டி அணைத்து, "மிஸ்டர் ராமச்சந்திரன் உங்களோட இந்த தைரியம் உங்களை உச்சத்துக்கும் மேல கொண்டு போகப்போகுது. குறிச்சு வச்சுக்குங்க!"

"ரொம்ப நன்றி பாபு சார்!" எம்ஜிஆர் நெகிழ்வுடன் கூறினார்.

"*1957-1958*. அந்த ரெண்டு வருஷத்தில என்னோட முக்கியமான படங்களும், அதனால தமிழ் படங்களோட வெற்றியில என்னோட இடமும் ரொம்பவும் அவசியமாயிடுச்சு. புதையல், மகாதேவி, பதிபக்தின்னு எல்லாம் வெற்றிப் படங்கள். அந்த வெற்றியிலேயெல்லாம் என் பங்கு ரொம்ப முக்கியமானதுன்னு சினிமா உலகமே சொல்ல ஆரம்பிச்சுது."

*

பி.ஆர்.பந்துலு சிவாஜியை வைத்து தயாரித்த 'கல்யாணம் பண்ணியும் பிரம்மச்சாரி' என்ற வெற்றிப் படத்தைத் தொடர்ந்து அடுத்து ஒரு கதையை சிவாஜியிடம் கூறினார்.

அது முழு நீள நகைச்சுவைக் கதை. 'சபாஷ் மீனா' என்று பெயர் வைத்திருந்தார்.

கதையைக் கேட்ட சிவாஜி பந்துலுவிடம், "கதை நன்றாக இருக்கிறது, ஆனால், அந்த இரு வேடங்களில் வரும் நண்பனின் கதாபாத்திரத்துக்கு சந்திரபாபு ஒருத்தர்தான் சரியாக இருப்பார். அவரிடம் போய் பேசுங்கள்" என்று அனுப்பி வைத்தார்.

பந்துலு, ப.நீலகண்டனை அழைத்துக்கொண்டு சந்திர பாபுவிடம் போனார். சந்திரபாபுவும் கதையைக் கேட்டுவிட்டு நன்றாக இருப்பதாகக் கூறினார்.

சந்திரபாபு "யாரை ஹீரோவாப் போடறதா நெனைசிருக்கீங்க" என்று கேட்டார்.

"சிவாஜி கணேசன் சாரைத்தான். நீங்க அந்த பிரண்டு ரோலிலேயும், ரிக்ஷாக்காரன் ரோலிலேயும் நடிக்கணும்."

"ஓ, சிவாஜி ஹீரோவா? சிவாஜி நல்ல நடிகன்தான். ஆனா நான் அதை விட பெரிய நடிகன். பெரிய கலைஞன். என்ன சரிதான?"

பந்துலுவும் நீலகண்டனும் என்ன சொல்வது என்று புரியாமல் ஒருவரை ஒருவர் பார்த்துக்கொள்கிறார்கள்.

"என் ரோலும் நல்லாத்தான் இருக்கு. அதை யாரும் செய்ய முடியாத அளவுக்கு நான் செஞ்சிடுவேன். எனக்கு சம்மதம்."

"ரொம்ப சந்தோஷம்" பந்துலுவின் முகம் மலர்ந்தது.

"ஆனா ஒரு கண்டிஷன்..."

"என்ன கண்டிஷன்?"

"என் சம்பளம்..."

"அது நீங்க இப்ப என்ன வாங்கிகிட்டு இருக்கீங்களோ அதக் கொடுத்திடறோம்."

"இந்தப் படத்துக்கு அது சரிப்படாது. இதுக்கு சிவாஜி என்ன சம்பளம் வாங்கராரோ அதைவிட ஒரு ரூபா அதிகமா எனக்கு நீங்க தரணும்!"

"அது வந்து..." பந்துலு என்ன பேசுவது என்று புரியாமல் தயங்குகிறார்.

"தந்தீங்கன்னா செய்யறேன். இல்லேன்னா வேற யாரையாவது வெச்சு செஞ்சுக்கிடுங்க. அது மட்டுமில்ல, இப்படி நான் கேட்டேன்னு சிவாஜிகிட்டேயும் நீங்க சொல்லணும். எனக்கும் சிவாஜிக்கும் ஒரு ரூபாய் வழக்கொன்னு ரொம்ப நாளா இருக்கு. அவனுக்குத் தெரியும். போய்ச் சொல்லுங்க."

சந்திரபாபு எறிந்த குண்டை தாங்கிவிட்டு, "இதை எப்படி சிவாஜியிடம் தெரிவிப்பது..?" என்று குழம்பியவாறு திரும்பினார்கள்.

*

'சபாஷ் மீனா' படப்பிடிப்புத் தளம்.

ஒப்பனை செய்துகொண்டிருக்கும் சிவாஜியிடம் சந்திரபாபு வந்தார்.

"என்ன கணேசா, நான் என்ன சொன்னேன்னு ப்ரோட்யூசர்ஸ் சொன்னாங்களா?"

"ம்... சொன்னாங்க. என் சம்பளத்தவிட, நீ ஒரு ரூபா அதிகமா கேட்டேன்னு சொன்னாங்க."

"எக்ஸாக்ட்லி. அதுக்கு நீ என்ன செஞ்ச?"

"அந்த ஒரு ரூபாய நான் தான் கொடுத்தனுப்பிச்சேன்."

"இதுக்கு என்ன அர்த்தம்ன்னு உனக்குத் தெரியுதா?"

"என்ன?"

"உன்னவிட நான் பெரிய நடிகன்னு அர்த்தம்!"

"அதுக்கு அப்படி அர்த்தம் இல்ல. நீ தாழ்வு மனப்பான்மையில இருக்கேன்னு அர்த்தம். அதுக்கு ட்ரீட்மென்ட்டுக்குத்தான் டோக்கனா ஒரு ரூபா கொடுத்தனுப்பிச்சேன்!"

உடனே சந்திரபாபு, "எறிஞ்ச பந்த பிரமாதமா திருப்பி அடிச்சிட்டே. எக்ஸ்செலன்ட் கணேசன். அதுக்கொரு கிப்ட்."

சந்திரபாபு தன் பாக்கெட்டிலிருந்து சேனல் 5 என்ற சென்ட் பாட்டிலை எடுத்து சிவாஜி மீது ஸ்ப்ரே செய்கிறார்.

"ஏண்டா எனக்கென்ன கையில்லையா? நீ என்னத்துக்கு எனக்கு ஸ்ப்ரே செய்யறே?"

"அதில்ல கணேசன், ஒரு வேளை உனக்கு முன்னாடி நான் போய் சேந்துட்டன்னா... எனக்குப் பிடிச்ச சேனல் 5ஐ

நீ தானடா எம் மேல தெளிக்கணும். அப்ப நீ தெளிக்கிறதுக்கு இப்பவே அட்வான்சா நான் செய்யறேன்."

"டேய், எல்லாத்தையும் ஏத்தி விட்டுட்டுத்தான் நீ போவே. இன்னும் எத்தனை பேர நீ பாடாப் படுத்தவேண்டியிருக்கு."

"சார், ஷாட் ரெடி."

*

'சபாஷ் மீனா' படம் பெரிய வெற்றி அடைகிறது. அதன் வெற்றிக்கு சந்திரபாபு மிக முக்கிய காரணம்.

அடுத்து ஏ.வி.எம்., சந்திரபாபுவை அழைத்து அவர்கள் நிறுவனத்தின் தயாரிப்பில் பீம்சிங் இயக்கும் 'சகோதரி' என்னும் திரைப்படம் முடிவடைந்த நிலையிலிருப்பதாகவும்

அதில் நகைச்சுவை பகுதி இல்லாததால் படம் குறைபடுவ தாகவும் கூறினார்.

சந்திரபாபு எடுத்த வரை உண்டான பகுதியைப் பார்த்து மேற்கொண்டு தேவையான பகுதிகளை எழுதி, நடித்துத் தர வேண்டும் என்று கேட்டுக் கொண்டார்.

“சம்பளம் நாளொன்றுக்கு பத்தாயிரம் ரூபாய் தர்றேன்” என்றார் செட்டியார்.

“லட்ச ரூபாய் தந்தீங்கன்னா செஞ்சுக் கொடுக்கிறேன்” சந்திரபாபுவின் பதில்.

“ரொம்ப அதிகம் பாபு”

“என் திறமை அதைவிட அதிகம். படத்தோட மதிப்பும் அதைவிட அதிகமாகும்.”

யோசித்துப் பார்த்த ஏ.வி.எம். செட்டியார் சந்திரபாபுவை ஒப்பந்தம் செய்தார்.

*

நாடு சுதந்திரம் அடைந்த பிறகு சில வருடங்களில் காமராஜ் தமிழக அரசியலில் பெரிதும் முன்னேறி 54ம் வருடம் தமிழக முதல்வராகவும் ஆனார். அடுத்த தேர்தலிலும் வெற்றி பெற்று மீண்டும் ஆட்சி அமைத்தார். அந்த அமைச்சரவையில் லூர்தம்மாள் சைமன் அமைச்சராக பணியாற்றத் துவங்கினார்.

லூர்தம்மாள் சைமன், சந்திரபாபுவுக்கு குடும்ப நண்பர். அவருடைய இல்லத் திருமண விழா நாகர்கோயிலில் ஏற்பாடாகி இருந்தது. நாகர்கோயிலில் அந்தத் திருமணத்தில் சந்திரபாபு கலந்துகொண்டு மெட்ராஸ் திரும்பும் வழியில் அவரது நண்பர் ஐயாசாமி செட்டியார் என்பவரின் அழைப்பின் பேரில் மதுரையில் தங்கினார்.

ஐயாசாமி சந்திரபாபுவின் பெரும் ரசிகர். சந்திரபாபு வந்திருப்பது தெரிந்து பெரும் கூட்டம் அவர் தங்கி இருந்த விடுதியில் கூடிவிட்டது.

அதனால் ஐயாசாமி, சந்திரபாபுவை வேறோரு விருந்தினர் மாளிகையில் தங்க வைத்தார். சிலமணி நேரம் ஆனதுமே சந்திரபாபுவுக்கு அலுப்புத்தட்ட ஆரம்பித்தது. ஐயாசாமி வேண்டுகோளுக்கிணங்கி இரண்டு நாளாவது இருக்க ஒப்புக் கொண்டார். அன்று பின்மாலைப் பொழுதில் யோசிக்க ஆரம்பித்தார். புறப்பட்டு விடலாம் என்றும் முடிவு செய்தார்.

'ஐயாசாமி வந்தால் விடமாட்டார். அதனால் சொல்லாமல் புறப்பட்டு விடலாம். மெட்ராஸ் போய் சேர்ந்து சமாதானம் செய்து கொள்ளலாம்' என்று பெட்டியில் துணிமணிகளை அடுக்க ஆரம்பித்தார் சந்திரபாபு.

அப்போது ஓர் இனிமையான பியானோ இசை மெலிதாகக் கேட்டது. ஆங்கிலக் கட்டிட பாணியில் கட்டப்பட்ட பெரிய விருந்தினர் மாளிகை அது. கீழ் தளத்திலேயே ஆறேழு பெரிய பெரிய அறைகள். இரண்டு மூன்று அறைகளைத் தாண்டி சந்திரபாபு பியானோ ஓசையை பின் தொடர்ந்து போனார்.

ஓரமான ஒரு அறையில் செக்கச் செவேலென்று ஒரு இளம் பெண். தேவதைபோல அவள் கிராண்ட் பியானோவில் முன் அமர்ந்து இசைத்துக்கொண்டிருந்தாள். வாசித்து கொண்டிருந்தவள் ஒரு கட்டத்தில் திரும்பிப் பார்க்க அங்கே சந்திரபாபு.

சட்டென்று எழுந்து நின்றாள்.

"ஐ ஆம் சாரி... ஐ ஆம் சந்திரபாபு" என்று தன்னை அறிமுகம் செய்துகொண்டார்.

நீல நிறக் கண்களால் சந்திரபாபுவை உற்றுப் பார்த்தவள் "ஐ ஆம் ஷீலா" என்று கூறி விட்டு உடனே திரும்பிச் சென்று விட்டாள்.

அவள் உடுத்தியிருந்த நீல நிறம் கலந்த வெள்ளாடையும், பனி போன்ற வெண்ணிற உடலும், நீல நிறக் கண்களும் அவள் வானிலிருந்து இறங்கிய தேவதை போலத் தோற்றமளித்தாள்.

"யார் இவள்? யார் இவள்? என்று மனம் கேட்டுக் கொண்டே இருந்தது. "எனக்கே, எனக்கு மட்டுமே, உருவாக்கப் பட்ட தேவதை இவள் என்பது போலத் தோன்றியது."

சந்திப்புகள் என்பது தற்செயலாக நடப்பது என்று எண்ணலாம். ஆனால் அந்த தற்செயல்கள் எல்லாமே திட்டமிடப்பட்டதுதான்.

விதியால்!

ஒரு சந்திப்பு ஒருவனை உயரக் கொண்டுபோவது உண்டு,

வேறொரு சந்திப்பு அவனை பாதாளத்தில் தள்ளுவதும் உண்டு. வரமாக வந்தது சாபமாகவும், அமுதமாக வந்தது ஆலகாலமாகவும், நகையாக அணிந்தது நாகமாகவும் ஆவது புரட்டிப் புரட்டிப்போடும் விதியன்றி வேறென்ன?

அடுத்த நாள் ஐயாசாமியிடம் சந்திரபாபு மெதுவாக தான் சந்தித்த ஷீலா யார் என்று விசாரிக்கிறார்.

ஷீலா டி.வி.எஸ்.சில் மேலாளராக வேலை பார்க்கும்

ஓ.ஆர்.ராமமூர்த்திக்கும் எய்லீன் என்ற ஐரோப்பிய பெண்ணுக்கும் பிறந்தவள் என்றும், தான் அவர்களுடைய குடும்ப நண்பர் என்றும் அவர் தெரிவிக்கிறார். இன்னும் சந்திரபாபுவை மகிழ்ச்சியில் ஆழ்த்தும் விதமாக அன்று இரவு விருந்துக்கு அவர்கள் வீட்டிலிருந்து அழைப்பு வந்திருக்கிறது என்ற செய்தியையும் கூறினார்.

ராமமூர்த்தி வீட்டு விருந்தில் மீண்டும் ஒரு முறை ஷீலாவைச் சந்திக்கும் வாய்ப்பு சந்திரபாபுவுக்குக் கிடைத்தது.

ஷீலாவுடைய மேற்கத்திய பாணியிலான கலாசாரம், பேச்சு நடவடிக்கை எல்லாம் சந்திரபாபுவை மிகவும் கவர்ந்தது.

விருந்து முடிந்து அவர் புறப்பட்டார்.

எய்லீன் அவருக்கு ஒரு நினைவுப் பரிசொன்று தந்தார்.

சந்திரபாபு அதைப் பெற்றுக்கொண்டு அப்படியே மெட்ராசுக்கு காரில் கிளம்பினார். அவர் விடை பெற்று சென்றவுடன் எய்லீன் உணவு உண்ட மேஜையை சுத்தம் செய்ய எத்தனித்த போது சந்திரபாபு சாப்பிட்ட பீங்கான் உணவுத் தட்டின் கீழ் ஒரு கடிதம் காணப்படுகிறது.

அதை எய்லீன் திறந்து பார்த்தார்.

அதில் சந்திரபாபு, தான் ஷீலாவை விரும்புவதாகவும் அவளைத் திருமணம் செய்துகொள்ள விருப்பம் உண்டென்றும் அதற்கு அவர்களுடைய அனுமதி வேண்டியும் எழுதி இருந்தார்.

காரில் செல்லும் சந்திரபாபு எய்லீன் கொடுத்த பரிசை பிரித்துப் பார்த்தார்.

அதில் பளிங்கினாலான முக்காலடி பாத்திமா மாதா சிலை. அதனுடன் ஒரு கடிதம். அதில் தன் மகள் ஷீலாவை மணக்க சந்திரபாபுவுக்கு சம்மதமா என்று எழுதியிருந்தார்.

சந்திரபாபுவுக்கு நெருக்கமான குடும்ப நண்பர்கள் ஏ.எஸ்.ஏ.சாமி மற்றும் காவல்துறை அதிகாரி அருள் ஆகிய இருவரும் ராமமூர்த்தி குடும்பத்துக்கும் வேண்டியவர்கள். இவர்கள் இருவரும் மேற்கொண்டு ஆக வேண்டிய திருமணம் தொடர்பான காரியங்களைச் செய்தார்கள்.

சாந்தோம் பேராலயத்தில் சந்திரபாபு ஷீலா திருமணம் பங்குத் தந்தை அடைக்கலம் அவர்களால் நடத்தி வைக்கப் பட்டது.

சாந்தோம் சாலை முழுதும் திருமணத்தில் கலந்துகொள்ள வந்தவர்களின் கார்கள்.

வரவேற்பு நிகழ்ச்சி லூர்தம்மாள் சைமன் இல்லத்தில்.

எம்ஜிஆர், சிவாஜி உட்பட திரையுலகமே திரண்டு வந்து மணமக்களை வாழ்த்தியது.

திருமணமான உடன் சந்திரபாபு தன் மனைவியை அழைத்துக்கொண்டு தேனிலவுக்கு பிருந்தாவனம் சென்றார்.

சந்திரபாபு மிக மகிழ்ச்சியோடு மனைவியுடன் நாட்களைக் கழித்தார். ஒவ்வொரு நாளும் ஒவ்வொரு பரிசுகள் வாங்கித் தருவார்.

"ஷீலா, நிஜமா உன்னை கல்யாணம் கட்டிக்கிட்டது இப்போ இந்த நிமிடம் உன்னோட இருக்கிறது எல்லாமே நிஜமான்னு என்னை நானே கிள்ளிப் பாத்துக்கணும் போல இருக்கு. திரிசங்குவுக்குக்கூட பூமிக்கும் ஆகாசத்துக்கும் நடுவிலதான் சொர்க்கம் கிடைச்சுதுன்னு படிச்சிருக்கேன். எனக்கு தேவன் சொர்க்கத்த பூமியிலேயே கொடுத்திருக்கான். தேவன் நடத்தின லாட்டரில முதல் பரிசு எனக்குத்தான் விழுந்திருக்கு ஷீலா."

சில நாட்கள் கழித்து ஷீலாவின் பிறந்த நாள் வந்தது. தங்க நகைகள், வைர மோதிரம், பட்டுப் புடவைகள் என்று ஏகப்பட்ட பரிசுகள் வாங்கி வந்தார். அவை எல்லாவற்றைம் வைத்து அதன் மேல் ஒரு சிகப்பு ரோஜாப் பூங்கொத்தை வைத்தார்.

"ஷீலா, இதப் பாரு. இத்தனை பிரசன்ட்களை விட இந்த ரெட் ரோஸ் மட்டும் ரொம்ப ரொம்ப உயர்ந்தது. ஏன் சொல்லு..?"

66 | நான் ஒரு முட்டாளுங்க - ஜே.பி. சந்திரபாபு கதை

“நீங்க சொல்லுங்க...”

“மத்த எல்லா பிரசண்டும் என் வியர்வைய சிந்தி சம்பாதிச்ச காசில வாங்கியது. இந்த ரெட் ரோஸ் மட்டும்...”

“ரெட் ரோஸ் மட்டும்?”

“என் ரத்தத்தை வித்த காசில வாங்கினது.”

இதைக் கேட்டதும் ஷீலா கண் கலங்குகிறார்.

“உலகத்தில நல்லவங்க நிறைய பேர் உண்டுன்னு கேள்விப் பட்டிருக்கேன். அந்த நல்லவங்க அத்தனை பேரும் உங்க உருவத்தில எனக்குத் தெரியறாங்க. நோ... நான் உங்களுக்குத் தகுதியானவ இல்ல.”

ஷீலா குமுறி அழுகிறாள்.

“ஷீலா!”

“ஆமாம். எனக்கு நடந்த கல்யாணம் நான் விரும்பி நடந்த கல்யாணம் இல்ல. நான் காதலிச்சது வேறொருத்தர. கட்டி வைக்கப்பட்டது உங்களை.”

“ம்ம்ம்..!”

“உங்க கிட்ட சொல்லாமப் போயிடணும்னுதான் நெனச்சேன். இவ்வளவு நல்லவரா இருக்கிற உங்ககிட்ட சொல்லாமப் போக மனசில்ல. நீங்களே எனக்கு ஒரு வழி சொல்லுங்க!”

“ஒரு வழின்னா? உன்னை விவாகரத்துப் பண்ணிட்டு

உன் காதலன்கிட்ட உன்ன சேத்து வைக்கணும். நான் நல்லவன்னு சொன்னே. ஆனா என்னை ரொம்ப நல்லவனாக்கப் பாக்கறே. ரொம்ப நல்ல மனசு உனக்கு!”

“அடுத்த நாளே தேனிலவை முடித்துக்கொண்டு மெட்ராஸ் திரும்பினோம். ஷீலா காதல் என்று எண்ணிக்கொண்டிருப்பது இளம் பிராயத்தில் ஏற்பட்ட காயம். அது மெல்ல மெல்ல காய்ந்து உதிர்ந்துவிடும், அது வரை நாம் பொறுமையாக காத்திருப்போம் என்று வாழ ஆரம்பித்தேன்.

ஒரு பெண்ணின், அதுவும் நாம் நேசிக்கும் பெண்ணின் துன்பங்கள், துயரங்கள், மனதின் ரணங்கள், கண்ணீர் துளிகள் அவள் மீதுண்டான பரிவை ஆழப்படுத்தும்.

நான் நடிக்கும் படப்பிடிப்புகளுக்கெல்லாம் ஷீலாவை அழைத்துச் சென்றேன். நான் நடிக்கும் காட்சிகளைப் பார்த்து மனம் விட்டுச் சிரிப்பாள். அது அவள் கடந்த காலத்தை மறக்கடிக்கும் நிகழ்வாக நான் நினைத்தேன்.

ஒரு நாள் நான் படபிடிப்பிலிருக்கும் நேரம் ஒரு அதிர்ச்சி தரும் செய்தி வந்தது. ஷீலா தற்கொலை செய்ய முயற்சித்தாள் என்ற செய்திதான் அது.

வீட்டுக்கு ஓடினேன். நான் சென்ற நேரம் ஷீலாவை மருத்துவ சிகிச்சை அளித்து வீட்டுக்குக் கொண்டுவந்து விட்டார்கள்.

அந்த நிகழ்ச்சி அவள் தன் காதலனை மறக்கவே இல்லை என்பதை எனக்குப் புரிய வைத்தது. இதற்கு மேலும் அவள் என்னோடு இருந்தால் மீண்டும் தற்கொலைக்கு முயலுவாள். அதில் வெற்றியும் பெற்று விட்டால்? நினைக்கவே பயமாக இருந்தது."

ஆனால் அடுத்த முறை ஷீலா தற்கொலைக்கு முயலவில்லை. சந்திரபாபு ஷூட்டிங் சென்றிருந்தபோது ஷீலா ஒரு பெட்டியில் தன் உடைமைகளை அடுக்கி வைத்து பின் அதை எடுத்துக் கொண்டு வீட்டை விட்டு வெளியேறினாள்.

வீடு திரும்பிய சந்திரபாபு ஷீலாவைக் காணாமல் காரில் சென்று தேடினார். ஷீலா மாதாவின் ஆலயத்தில் மண்டியிட்டு பிரார்த்தனை செய்துகொண்டு இருப்பதை சந்திரபாபு பார்த்தார்.

பிரார்த்தனையை முடித்துவிட்டு பெட்டியைத் தூக்கிக் கொண்டு ஷீலா திரும்ப அங்கு சந்திரபாபு ஆலயக் கதவருகில் நின்றுகொண்டிருந்தார்.

"பறவையைப் பறக்க விடு. திரும்பி வந்தால் அது உன்னுடையது. வராவிட்டால் அது என்றும் உன்னுடையதாக இருந்ததில்லன்னு படிச்சிருக்கேன். ஷீலா என்ன விட்டு நீ அன்னிக்கே போயிட்டேன்னு எனக்குத் தெரியும். நீ என் கையிலிருக்கற பூவா இல்லாம வானத்தில கொஞ்ச நேரமே

பாக்கற வாண வேடிக்கையா ஆயிட்டே.... ஒரு லட்ச ரூபா பணம், நான் தந்த தங்க வைர நகைகள், கல்யாணத்துக்கு வந்த அத்தனை பிரசன்ட் எல்லாத்தையும் உனக்குன்னு எடுத்து வெச்சிருக்கேன். அதுக்குப் பதிலா உன்னோட கல்யாண மோதிரத்த மட்டும் திருப்பித் தந்திடு. ஏன்னா அது வேண்டாம்ன்னு வீசப் படற குப்பைக்கூடைகூட என் கையா இருக்கட்டும். இருக்கணும். ஆ! இன்னொண்ணு. நீ லண்டன் போகவும் டிக்கெட் வாங்கி வெச்சிருக்கேன்.

ஆனா ஒண்ணு ஷீலா. நீ நெனச்ச மாதிரியே என்ன ரொம்ப நல்லவனாக்கிட்டே!"

ஒரு சில நாட்களிலேயே ஷீலாவை சந்திரபாபு கொச்சி துறைமுகத்தில் கப்பலில் ஏற்றி லண்டனுக்கு வழியனுப்பி வைத்தார்.

கப்பல் ஒரு புள்ளிபோல் மறையும் வரை பார்த்துக் கொண்டிருந்து விட்டு ஹோட்டல் அறைக்குத் திரும்பினார்.

பின்னணியில் அவர் அடுத்து பாடி நடிக்கவிருக்கும் ஏ.வி.எம். தயாரிப்பில் பீம்சிங் இயக்கத்தில் உருவாகி வரும்

'சகோதரி' படத்தின் பாடல் அவர் மனதில் ஓடியது. அந்த பாடல் "நான் ஒரு முட்டாளுங்க... ரொம்ப நல்லாப் படிச்சவங்க நாலு பேரு சொன்னாங்க..!"

அடுத்த சில நாட்களில் 'சகோதரி' படத்தில் இந்தப் பாடலுக்கு நடித்துக்கொண்டிருக்கும்போது பாதிப் பாடலில் மேற்கொண்டு பாட முடியாமல் ஷீலாவை எண்ணி கண்ணீர் விட்டு மனமுடைந்து போனார்.

*

கண்ணதாசன் சந்திரபாபுவைப் பார்க்க வந்தார்.

"பாபு, உன்னை வெச்சு ஒரு படம் எடுக்கலாம்னு இருக்கேன்..."

"ஏன் இந்த விபரீத ஆசை கவிஞரே?"

"படம் பேரு 'கவலை இல்லாத மனிதன்'. ஓகேவா?"

"கவிஞரே கிண்டலா? எந்நேரமும் கவலையிலேயே கெடக்கிற எனக்கு 'கவலை இல்லாத மனிதன்'னு படமா?"

"பாரு பாபு, படம் வரட்டும், நிஜமாகவே நீ கவலை இல்லாத மனிதனாயிடுவே. கவிஞன் வாக்கு."

"என் கவலை உனக்கு வந்திடும்னு சொல்றீரா? கவிஞரே ஒரு விஷயம். படமெடுக்க தேவையான எந்த டிசிப்ளினும் உமக்கும் கிடையாது, எனக்கும் கிடையாது. பேசின மாதிரி பணத்த சரியா கொடுத்தா நானும் சரியா இருப்பேன். பாத்துக்குங்க."

"நான் சொன்ன மாதிரியே கவிஞருக்கும் தெரியாம அவர் கொடுத்தனுப்பிய பணம் எதுவும் எனக்குச் சரியாக வந்து சேரல. நானும் படப்பிடிப்புக்கு சரியாப் போய்ச் சேரல. பரஸ்பர மனஸ்தாபத்திலேயே படமும் வளர்ந்தது. ஆனா அந்தப் படத்தில் நிகழ்ந்த மகத்தான ஒரு விஷயம் அதில் கவிஞர் எழுதி நான் பாடிய பாடல்."

"கவலை இல்லாத மனிதன்" பாடல் பதிவு.

விஸ்வநாதன் வாத்தியக் குழுவினருக்கு இசைக் குறிப்புகள் கொடுத்து ஒத்திகை பார்த்துக்கொண்டிருந்தார்.

சந்திரபாபு, ஒளிப்பதிவுக் கூடத்துக்கு வழக்கம்போல் கோட்டு சூட்டு அணிந்து வந்தார்.

"என்ன விச்சு... பாட்டு ரெடியா?"

விசுவநாதன் அருகில் அமர்ந்து அவர் பாவமுடன் பாடல் பாடிக் காட்டுவதை கவனமுடன் சந்திரபாபு கேட்டார். பாடல் பல்லவி "பிறக்கும் போதும் அழுகின்றான்" என்று தொடங்குகின்றது. முழுப் பாடலையும் கேட்டுவிட்டு,

"விச்சு, நீர், கவிஞர், நான் மூணு பேர் காம்பினேஷன்ல இந்த பாட்டுதான் தி பெஸ்ட். ஓகே, நான் ரெடி விச்சு."

சந்திரபாபு பாடகர் அறைக்குச் செல்ல ஒலிப்பதிவு செய்யும் பணி ஆரம்பித்தது.

முதல் டேக்... பல்லவி வரை சந்திரபாபு பாட சரணம் தொடங்கும்போது தவறு செய்துவிட்டார். சலிப்புடன் கோட்டைக் கழற்றிப் போட்டார். அடுத்து இரண்டாவது டேக். அதிலும் சரணம் சரியாகப் பாடாமல் மாற்றிப் பாடிவிட எரிச்சலுடன். சட்டையைக் கழற்றி எறிந்தார். மூன்றாவது டேக். அதில் முதல் பல்லவியிலேயே தப்பாக பாடிவிட கடுமையான கோபத்துடன் அணிந்திருந்த ஷூ, பேண்ட் இரண்டையும் கழற்றி எறிந்துவிட்டு வெறும் கீழ் உள்ளாடையுடன் நான்காவது டேக்கை முயற்சித்தார். இரண்டு சரணங்கள் சரியாகப் பாடிய அவர் கடைசிப் பல்லவியின் இறுதி வரியைப் பாடும்போது இருமி விடுகிறார். அந்த டேக்கும் வீணாகி விட்டது.

"ஆ... ஊ..." என்று அடிக்குரலில் கத்தி எதிரே உள்ள மைக்கையும் தள்ளி எறிந்துவிட்டு அப்படியே உள்ளாடையுடன் வெளியே நிற்கும் காரிலேறி சென்று விட்டார்.

எம்.எஸ்.விசுவநாதன் பதறியடித்து தன் காரில் சந்திரபாபு போன வழியில் அவரைத் தேடிப் போனார். வெகு நேரம் கழித்து சந்திரபாபு ஒரு மாதா கோவிலில் மண்டியிட்டு கண்ணீரில் பிரார்த்தனை செய்துகொண்டிருப்பதைப் பார்த்தார்.

"ஆண்டவரே, எதற்கு எனக்கு சாலை அமைத்துக் கொடுத்து அது முன்னேயே சுவரையும் எழுப்பி வைத்தீர்? பறவையாய் படைத்து விட்டு சிறகை ஏன் முறித்தீர்? சிங்கமாய் படைத்து விட்டு ஏன் பல்லைப் பிடுங்கினீர்? ஏன் ஏன் ஏன்?" சந்திரபாபு மனமுருகி அழுதார்.

எம்.எஸ்.வி., சந்திரபாபு அருகில் சென்று அவர் தோளைத் தொட்டு, "பாபு, ஆண்டவனுக்கு யாரை ரொம்பப் பிடிக்குமோ அவனைத்தான் ரொம்ப சோதிப்பான். பின்னால அவன் தரக் கூடிய வெகுமதிக்கு முன்னால இந்த சோதனையெல்லாம் ஒண்ணுமில்லன்னு நமக்கு அப்பத்தான் புரியும். நீ விசேஷமான ஆளுப்பா. வா, நிச்சயம் உன்னால முடியும்."

"நிச்சயம் முடியும்ன்னா சொல்ற?"

"முடியும். எனக்குத் தெரியும்."

சந்திரபாபு கண்ணீரைத் துடைத்துவிட்டு எழுந்து "உனக்கே தெரிஞ்சிருந்தா எனக்கும் தெரியும். வா, ரெக்கார்டிங் போகலாம்."

ஒலிப்பதிவுக் கூடத்துக்குச் சென்று அடுத்த டேக்குக்கு ஆயத்தமானார்கள்.

சந்திரபாபு பாட ஆரம்பித்தார். சற்றும் பிசிறு தட்டாமல் ஒரு இடத்திலும் ஒரு தவறுமில்லாமல் கடைசி வரி வரை பாடி முடித்தார். டேக் ஓகே.

பாராட்டியோ வாழ்த்தியோ ஒரு சப்தமில்லை.

சந்திரபாபு கழற்றிப் போட்ட துணிகளை கைகளில் ஏந்தி பாடகர் அறையிலிருந்து வாத்தியக் கூடத்துக்கு வந்தார்.

வாத்திய கோஷ்டியினர் அனைவரும் பாடல் தந்த பாதிப்பால் அழுதுகொண்டு இருந்தனர். ஒலிப்பதிவு அறையில் எம்.எஸ்.வி. குலுங்கி குலுங்கி அழுதுகொண்டிருந்தார்.

சந்திரபாபு உடைகளை அணிய ஆரம்பித்தார். அவரை கவனித்த வாத்தியக் கோஷ்டி அவரவர் இசைக் கருவிகளை கீழே வைத்துவிட்டு கைதட்ட ஆரம்பித்தனர். கதவை நோக்கித் திரும்பிய சந்திரபாபு, கண்ணீர் மல்க, கைதட்டல் ஓசை பின்னால் கேட்க... மெதுவாக நடந்து வெளியே சென்றார்.

இயக்குநர் கே.ராஜேஷ்வர்

சந்திரபாபு பத்திரிகையாளர் சந்திப்பு.

"என் பேரு ஜோசப் பனிமயமாதா பிச்சை. சந்திரபாபுன்னு கூப்பிடப்படுகிறேன்."

"உங்க தொழிலைப் பத்தி கொஞ்சம் சொல்லுங்க..?"

"நான் விரும்பி செய்ய நினைக்கிற தொழில் நடிப்பு."

"அப்படின்னா, இப்ப செய்யறது..?"

"பொழைப்பு!"

"வேறென்ன தொழில் தெரியும் உங்களுக்கு..?"

"தலை வாருதலும், செல்ப் ஷேவிங்கும்!"

"உங்களுக்குத் தெரியாத தொழில்..?"

"இப்ப நான் செஞ்சிட்டு இருக்கிறது!"

"சினிமா என்பது என்ன..?"

"நல்ல கலைஞனா இருக்கிற குற்றத்துக்காக தண்டனை அனுபவிக்க அனுப்பப்படும் ஜெயில்."

"உங்களைப் பற்றின பெரிய பொய் எது?"

"நான் காமெடியன்னு சொல்றது!"

"எது அறியாமை..?"

"நான் சொல்றதையெல்லாம் நம்பறது!"

"நீங்க பேசறது எதுவும் புரியலையே!"

"எனக்கும் புரியலே. புரிஞ்சிருந்தா பேசி இருக்க மாட்டேனே!"

பத்திரிகையாளர் சந்திப்பு முடிகிறது.

கடைசி வரிசையில் மிஸ்டி அமர்ந்திருப்பதை சந்திரபாபு பார்க்கிறார். பார்த்துவிட்டு அவளருகில் செல்கிறார்.

"மிஸ்டி..!"

"எப்படி இருக்கே பாபு?"

"அதான் பாக்கறிய. நீ சொன்ன மாதிரி பெரிய ஆளா ஆன மாதிரியும் இருக்குது, ஏன் ஆனேன்னும் இருக்குது..."

"நம்மோட வாழ்க்கை நாம தேர்வு செய்ற முடிவுகளாலும், நாம தேர்வு செய்ய முடியாத, ஆனா விதி தேர்வு செய்யற முடிவுகளாலும் ஆனதுன்னு ஸ்டாயிக் தத்துவம் சொல்லுது."

"தத்துவம் படிச்சிருக்கியா?"

"தத்துவமும் படிச்சிருக்கேன்!"

"ஓ!"

"பாபு நான் உன்னை அடிக்கடி சந்திக்கலைன்னாலும் எல்லா விஷயத்தையும் தெரிஞ்சுதான் வெச்சிருக்கேன். உன் அடியாழத்தில இருக்கிற உள்ளுணர்வ கேட்கப் பழகிக்கோ. அதோட பேசப் பழகிக்கோ. அது சொல்றபடி நடக்கப் பழகிக்கோ. ஏன்னா அது ஆண்டவனோட குரல்."

"என் மனம் சொல்றதக் கேட்டுத்தான் கல்யாணம் செஞ் சேன்."

"மனம் சொன்னதக் கேட்டே. ஆனா அடிமனம் சொன்னதக் கேட்டியா?"

என்று கூறி புன்னகைத்து மிஸ்டி சென்று விட்டாள்.

*

சந்திரபாபுவின் அழைப்பின் பேரில் எழுத்தாளர் ஜெயகாந்தன் அவரில்லத்திற்கு வந்தார்.

அவரை வரவேற்பதற்கோ அமர வைப்பதற்கோ அங்கு யாருமில்லை.

ஜெயகாந்தன் அங்கிருக்கும் ஒரு சோபாவில் அமர்ந்து கொண்டு நூறு வரை மனதுள் எண்ணி விட்டு யாரும் வரவில்லை என்றால் புறப்பட்டு விடலாம் என்று முடிவு செய்கிறார். ஒரு சில நொடிகளிலேயே சந்திரபாபு குளியலறையிருந்து வெளியே வந்தார்.

"ஹலோ மிஸ்டர் ஜேகே. அஞ்சு நிமிஷம் முன்னாடியே வந்துட்டீங்க. உங்களை காக்க வச்சதுக்கு ஐ ஆம் சாரி."

"ஓ! தப்பு என் மேலதான். நான் சீக்கிரமா வந்துட்டு யாருமே இல்ல, நூறு வரை எண்ணிட்டு புறப்படலான்னுட்டு இருந்தேன். நான்தான் மன்னிப்புக் கேட்கணும்."

உள்ளிருந்து ஒரு வேலையாள் தட்டில் இரண்டு கோப்பைகளில் ஸ்காட்ச் விஸ்கியைக் கொண்டுவந்து அவர்கள் முன்னுள்ள சிறு மேஜையில் வைக்கிறான்.

"ஸ்காட்ச் ஆன் தி ராக்ஸ்?"

"அப்படீன்னா..?"

"ஸ்காட்சுக்கு கொடுக்கற மரியாதை. வெறும் ஐஸ் கட்டில ஸ்காட்ச்."

"யெஸ். தென் ஆன் தி ராக்ஸ்!"

"சியர்ஸ்..!"

"எனக்கு உங்க நடிப்பு பிடிக்கும்."

"பிடிக்கும் அப்படீன்னா யூ டோன்ட் ரெஸ்பக்ட் மை ஆக்டிங்."

"ஐ டோன்ட் ரெஸ்பெக்ட் தமிழ் சினிமா. ஆனாலும் அதையும் மீறி மதிக்கத் தக்க ஒரு விஷயம் உங்ககிட்ட இருக்கு. தவறான இடத்தில இருக்கிற சரியான மனிதன்."

ஜேகே.யும் நானும் அடிக்கடி சந்தித்துக் கொண்டோம். அவருடைய 'யாருக்காக அழுதான்' கதை எனக்குப் பிடித்த ஒன்று."

சந்திரபாபு, ஜேகே.வை தன் காரில் உட்கார வைத்து பீச் ரோடில் படு வேகத்தில் சாந்தோம் வீதியிலிருந்து ஜார்ஜ் கோட்டை வரை ஓட்டிச் சென்று மீண்டும் அதே ரோட்டில் அதே வேகத்தில் திரும்பி ஓட்டுவார். மீண்டும் அதே காரோட்டம். போகும் போது பேச்சு.

"உங்க கதை 'யாருக்காக அழுதான்' எனக்கு ரொம்பப் பிடிச்ச கதை."

"அது நல்ல கதைதான்"

"அத படமா எடுக்க விரும்பறேன்."

"அது உங்களால முடியும்னு நான் நம்பறேன்."

"நான் காரோட்டற வேகம் உங்களுக்குப் பயமாஇருக்கா?"

“நீங்கதான் ரொம்ப பயமா இருக்கிறீங்கன்னு நினைக்கிறேன். யாரோ உங்களைத் துரத்திற பீதில நீங்க வேகமா ஓட்டற மாதிரி இருக்கு. ஒன்லி தி ஒன் தட் இஸ் சேஸ்ட் வில் ஸ்பீட் லைக் திஸ்.”

“மே பி, ஐயாம் சேஸ்ட் பை மி.”

மேலும் சில காலம் கழித்து. மீண்டும் ஒரு நாள் அதே போல் காரில் அதே வேகத்தில் சந்திரபாபு காரோட்டியவாறு அருகிலிருக்கும் ஜேகே.யிடம் பேசினார். “ஜேகே, உங்க ‘யாருக்காக அழுதான்’ கதை உரிமைக்கு எழுபத்தைந்தாயிரம் ரூபாய் தரலாம்ன்னு இருக்கேன்.”

“உங்களுக்காகத்தான் காத்திருந்தேன். இப்ப ஜிகே வேலுமணிக்கு அதோட ரைட்ஸ கொடுத்திட்டேன்.”

“ஒரு வார்த்தை என்னைக் கேட்டிருக்கலாமே?”

“ஒரு வார்த்த நீங்க உறுதி சொல்லியிருக்கலாமே!”

“நீங்க அவரிடம் திருப்பி வாங்கிக் கொடுக்கணும்...”

“நான் அத செய்ய முடியாது. நீங்கதான் அதைப் பேசி முடிக்கணும்!”

“காசு கொடுத்தா உடலத் தர்ற விலைமகளப் போல உங்க படைப்ப நீங்க விக்கறது சரியா ஜேகே?”

“அப்படியில்ல. அது ஒரு ராஜகுமாரியின் சுயம்வரத்தப் போல. முதல்ல வர்ற தகுதியானவனுக்கு அது போகும்...”

“ஸோ..?”

“ஐ ஆம் சாரி, ஜேபி!”

அதற்குப் பிறகு ஜேகே.யுடன் என் சந்திப்புகள் குறைந்து ஒரு கட்டத்தில் நின்றே போய்விட்டது!

*

இயக்குனர் பீம்சிங், சந்திரபாபு சொன்ன அப்துல்லா என்ற கதையைத் திரைப்படமாக உருவாக்கி வந்தார். படத்தின் கதாநாயகன் சந்திரபாபு.

அதன் படப்பிடிப்பு வேகமாக வளர்ந்த நிலையில் ஒரு நாள் படப்பிடிப்பு முடிந்த பிறகு பீம்சிங், சந்திரபாபுவிடம், “பாபு சார், ஒரு விஷயம் உங்களோடப் பேசணும். இந்தப் படத்த இத்தோட நிறுத்திடப் போறேன்” என்றார்.

“ஏன் பீம்பாய்?”

“நீங்க கொடுத்த கதை ரொம்ப அருமையான கதை. ஆனா அது இப்ப வளர்ந்து வருகிற விதம் எனக்கு திருப்தியா இல்ல. அதனால இத வேறு ஒரு விதமா எடுக்க நினைச்சிருக்கேன்.”

“எப்படி?”

“சிவாஜி, ஜெமினி, ராதான்னு வேற ஸ்டார்களோட இன்னும் பெரிய பட்ஜெட்டில செய்யலாம்னு உத்தேசம்.”

“உங்களுக்கு நம்பிக்கை இல்லைன்னா இதத் தொடர்ரதில அர்த்தமில்ல!”

“உங்களுக்குப் பேசிய சம்பளத்த முழுசுமா கொடுத்திடறேன். கதைக்கு எவ்வளவு வேணும்னு சொன்னீங்கண்ணா அதையும் கொடுத்திடறேன்!”

“பீம் பாய், இன்னிக்கி நான் ஏழைக் குழந்தைகளுக்கு டிரெஸ் கிஃப்ட் தர்றதா பிளான் வெச்சிருந்தேன். லேட்டாயிடிச்சி. முடியாது. ஒரு பிராஜெக்ட்டுக்கு டிரெஸ் கதை. என் ப்ரோக்ராம் படி ட்ரெஸ் கிப்ட் கொடுக்கணும். ஸோ உங்களுக்குக் கதைய கிஃப்டா கொடுக்கிறேன்.”

*

சந்திரபாபுவுக்கு நடிக்கும் திறமை, நடனமாடும் திறமை, கதை புனையும் திறமை, பாடும் திறமை இத்தனை திறமைகள் இருக்கும்போது தன் திறமையின் முழு வெளிப்பாடாக படங்களை இயக்கி தன் தனிப் படைப்பாக வெளியிட வேண்டும் என்று எண்ணிக்கொண்டிருந்தார்.

அந்த நேரத்தில் அவருடைய நண்பர்கள் கோவிந்தராஜூ, சுப்பையா ஆகிய இருவரும் சந்திரபாபுவைச் சந்தித்து அவர்களுக்காக ஒரு படம் இயக்கித் தர வேண்டும் என்று வேண்டினார்கள். அவர்கள் ஏற்கெனவே படத்தயாரிப்பு மற்றும் பட விநியோகத் துறையில் அனுபவம் பெற்றவர்கள்.

சந்திரபாபு ஒரு கதையை விரிவாகக் கூறினார். அந்தக் கதை அவர்களிருவருக்கும் மிகவும் பிடித்துவிட்டது.

அதற்கு ‘மாடி வீட்டு ஏழை’ என்று பெயரிட்டிருந்தார்.

“பாபு சார், கதை ரொம்ப பிரமாதம். சிலை செதுக்கின மாதிரி செதுக்கி இருக்கீங்க. நான் ஏற்கெனவே

எம்.ஜி.ஆர வெச்சுப் படம் எடுத்திருக்கேன். இந்தக் கதைக்கு

அவரு கதாநாயகனாக நடிச்சா எல்லா வகையிலும் நல்லா இருக்கும்.”

“நான் இந்தக் கதைய சிவாஜிய மனசில வெச்சு எழுதியிருந்தேன்.”

“அதனாலென்ன. எம்.ஜி.ஆருக்குத் தேவையான சில சில மாற்றங்களை செஞ்சா சரியாப் போகுது. நமக்கும் வியாபார ரீதியா பணம் ஏற்பாடு செய்ய ரொம்ப எளிதா இருக்கும்”

“ஆனா..”

“உங்களுக்கும் முதல் படத்திலேயே தமிழ் நாட்டின் மிகப் பெரிய நடிகரோட படம் செய்யறீங்கங்கற முக்கியமான விஷயம் மிகப் பெரிய பரபரப்ப உண்டாக்கும்.”

“அவருடைய கால்ஷீட்டு...”

“நீங்க இந்தக் கதையைப் போய் சொல்லிக் கேட்டா கொடுக்காமலா போய்டுவாரு? இது நிச்சயம் நடக்கும் பாபு சார்” இது கோவிந்தராஜு வின் நம்பிக்கை.

அடுத்து சுப்பையா, “இன்னொரு விஷயம். இந்த ப்ராஜக்டுக்கு நீங்களும் ஒரு பார்ட்னரா சேர்ரீங்க. பணம் எதுவும் போட வேண்டாம் உங்க சர்விஸ்தான் உங்க மூலதனம்” என்று அடுத்த வேண்டுகோளை வைத்தார்.

சந்திரபாபுவும் ஒரு கணம் யோசித்து விட்டு “சரி” என்பது போல் தலையசைத்தார்.

சற்று நேரத்தில் சுப்பையா ஒப்பந்தப் பத்திரம் தயாரித்துக் கொண்டு வந்தார்.

சந்திரபாபு பத்திரத்தைப் படித்துவிட்டு தன் பேனாவை எடுத்து கையெழுத்திடப் போனார். பேனாவில் என்ன பிரச்னையோ எத்தனை முறை உதறிப் பார்த்தும் எழுத மறுத்தது.

அருகிலிருந்த கோவிந்தராஜு தன்னுடைய பேனாவைக் கொடுத்து கையெழுத்திடச் சொன்னார்.

சந்திரபாவும் அந்தப் பேனாவால் கையெழுத்திட்டார். கடைசி எழுத்தை எழுதும் போது பேனா முனை ஒப்பந்தக் காகிதத்தை லேசாகக் கிழித்துவிடுகிறது.

ஏனோ மிஸ்டி கூறிய வார்த்தைகள் சந்திரபாபுவின் மனதிலாடியது.

"உன் அடியாழத்தில இருக்கிற உள்ளுணர்வ கேட்க பழகிக்கோ. அதோட பேசப் பழகிக்கோ. அது சொல்றபடி நடக்கப் பழகிக்கோ. ஏன்னா அது ஆண்டவனோட குரல்."

*

அடுத்து சந்திரபாபு எம்.ஜி.ஆரைப் பார்க்கச் சென்றார்.

அவரை நன்கு சிரித்த முகத்துடன் வரவேற்ற எம்.ஜி.ஆர் சந்திரபாபுவுடன் கலகலப்பாகப் பேச ஆரம்பித்தார். பேச்சு நல்ல மாதிரியாக போய்க்கொண்டிருக்கும் போதே சட்டென்று எம்.ஜி.ஆர், சந்திரபாபுவின் கண்களை நேராகப் பார்த்து,

"என்ன பாபு சார், பத்திரிகைகளில என்னப் பத்தி நீங்க தப்புத் தப்பா பேசியிருக்கீங்க. நான் உங்களைப் பத்தியோ உங்க நடிப்பப் பத்தியோ என்னிக்குமே யாரோடவும் தப்பா பேசியதில்ல. இன்னும் சொல்லப் போனா உங்களைப் பத்தி உயர்வாகவே தான் பேசியிருக்கேன். ஆனா நீங்க ஏன் என்ன ஒரு விரோதி மாதிரி நினைக்கிறீங்க. பேசறீங்கன்னு புரியல."

பேச்சு வேறு பாதையில் செல்வதை உணர்ந்த சந்திரபாபு உடனே எம்.ஜி.ஆரின் கைகளைப் பற்றி, "மிஸ்டர் ராமச்சந்திரன், உங்க மனம் புண்படுத்தணுமின்னோ, உங்க பேர காயப் படுத்தணுமின்னோ என் நோக்கம் இல்ல. அப்படி உங்க மனசு புண்பட்டிருந்ததுன்னா தயவு செஞ்சு என்ன மன்னிச்சிடுங்க."

சந்திரபாபு மனமாரப் பேசியது எம்.ஜி.ஆருக்கு ஆறுதலாய் இருந்திருக்க வேண்டும்.

"சரி, சரி அத விடுங்க பாபு சார். வந்த விஷயத்தப் பேசுவோம்."

"உங்களை வெச்சு நான் படம் டைரக்ட் செய்யணும்னு ஆசை. நான் எழுதிய ஒரு கதையும் இருக்கு உங்களுக்கு சொல்ல வந்திருக்கேன்."

"ஓ நல்ல விஷயம்... சொல்லுங்க."

சந்திரபாபு 'மாடி வீட்டு ஏழை' திரைக்கதையை விரிவாக கேமராக் கோணங்கள் உட்பட முழுதும் கூறி முடித்தார். கதையைக் கேட்டதும் முகம் மலர்ந்தார் எம்.ஜி.ஆர்.

"பாபு சார், நான் எதிர்பார்த்ததை விட ரொம்ப நல்லா இருக்கு. இத நான் நிச்சயம் பண்ணறேன். நீங்க வேலைகளை ஆரம்பியுங்க. ஆனா எனக்கு ரெண்டு வாக்குறுதி நீங்க தரணும்" என்று கூறினார்.

"நிச்சயமா..."

"இந்தக் கதைய நீங்க வேறு யாருக்கும் சொல்லக் கூடாது. ரெண்டாவது நீங்க பொறுமையா இருக்கணும்!"

"ஒரு காரியத்த சாதிக்க எவ்வளவு வேண்டுமானாலும் பொறுமையா இருக்கலாமே. வெறுமனே சோதிக்கங்கற போது தானே பிரச்னை!"

எம்.ஜி.ஆர். தன் சம்பளம் மற்றும் முன்பணம் பற்றிய விவரங்களைத் தெரிவிக்கிறார்.

சந்திரபாபு மிக மகிழ்ச்சியுடன் நேராக தன் கூட்டாளிகளிடம் சென்றார்.

"விஜி, சுப்பையா குட் நியூஸ். மிஸ்டர் எம்.ஜி.ஆர் படத்தில நடிக்க ஒத்துக்கிட்டார்" என்று கூறி சம்பள விவரங்கள் மற்றும் அட்வான்ஸ் தொகை இருபத்தி ஐந்தாயிரம் என்றும் சொன்னார்.

இன்னும் நாலைந்து நாட்களில் அட்வான்ஸ் தருவதாக எம்.ஜி.ஆரிடம் வாக்குக் கொடுத்திருந்தார் சந்திரபாபு.

ஆனால் இரண்டாவது நாளிலேயே இரண்டு கூட்டாளிகளும் வேறு வேறு காரணங்களினால் பணமில்லை என்பதை தெரிவித்தனர்.

அதிர்ச்சி அடைந்த சந்திரபாபு தன்னிடம் இருக்கும் தொகை போதாததால் தனக்குத் தெரிந்த இடங்களிலும் தனக்கு வர வேண்டிய இடங்களிலும் பணம் கேட்டுப் பார்த்தார். எங்குமே அவருக்குக் கிடைக்கவில்லை.

நினைவுக்கு வந்தவர்... சாவித்திரி.

பல படங்களில், பல நடிகைகளுடன் சந்திரபாபு நடித்திருந்தாலும் சாவித்திரி மட்டுமே ஆத்மார்த்தத் தோழமை கொண்டவர்.

சந்திரபாபு புறவயமான கலகத்தன்மை கொண்டவரென்றால், சாவித்திரி அகவயமான கலகத்தன்மை கொண்டவர். இன்னும் சொல்லப் போனால் கலைஞர்கள் அனைவருமே ஏதோ ஒரு வகையில் கலகத்தன்மை கொண்டவரே. படிநிலைகளில் வேண்டுமானால் வேறு படலாம். சந்திரபாபுவுக்கும் சாவித்திரிக்கும் ஒரு விதமான புரிதல் ஆரம்பத்திலிருந்தே உண்டு.

சாவித்திரியிடம் சந்திரபாபு சென்று, எம்.ஜி.ஆருக்குத் தரவேண்டிய முன்பணம் பற்றிக் கூறி, தன் சொத்து ஒன்றின் பத்திரத்தை அடமானமாகக் கொடுத்தார்.

"இந்த பாரு பாபு, மனுஷன நம்பறவனுக்கு சொத்து தேவையில்ல. சொத்த நம்பறவனுக்கு மனுஷன் தேவையில்ல. எனக்கு மனுஷங்கதான் தேவை பாபு" என்று கூறி

எம்.ஜி.ஆருக்குத் தர வேண்டிய இருபத்தி ஐந்தாயிரம் ரூபாயைக் கொடுத்து உதவுகிறார்.

"சாவித்திரி, இந்த இண்டஸ்ட்ரியில நான் ஒருத்தன்தான் லூசுன்னு நெனச்சேன். எனக்கும் ஒரு துணை இருக்கிறது ஆறுதலா இருக்கு."

அடுத்த நாள், எம்.ஜி.ஆரைச் சந்தித்து சந்திரபாபு முன் பணத்தைக் கொடுத்து அவர் படத்தில் நடிப்பதை உறுதி செய்கிறார்.

கூட்டாளிகளாகச் சேர்ந்த இருவரும் போயே போய் விட்டார்கள்.

சந்திரபாபு 'மாடி வீட்டு ஏழை' எங்கெங்கோ பணம் திரட்டி ஸ்டூடியோவுக்கும் குடிசை செட்டுக்கும் பற்று வைத்து படத் துவக்க விழாவுக்கு ஏற்பாடு செய்கிறார்.

'மாடி வீட்டு ஏழை' படத் துவக்க விழா பரணி ஸ்டூடியோவில் என்று ஏற்பாடு. அன்று சினிமா படப் பிரமுகர்கள் ஒவ்வொருவராக வர ஆரம்பித்தனர்.

விழா ஆரம்பத்துக்கு குறித்த நேரம் தாண்டி பல மணியாகி விட்டது. எல்லாரும் வந்து விட, எம்.ஜி.ஆர். மட்டுமே அது வரை வரவில்லை. சந்திரபாபு படபடப்பும் பதற்றமுமாக வாயிலையே பார்த்துக்கொண்டிருக்க மூன்று மணி நேரம் தாமதமாக எம்.ஜி.ஆர். வந்து சேர்ந்தார்.

வந்தவுடன் தாமதத்துக்கான காரணம் கூறி வருத்தம் தெரிவித்து விழாவை ஆரம்பிக்கச் சொன்னார்.

விழா சம்பிரதாயங்கள் முடிந்து, சந்திரபாபு, எம்.ஜி.ஆர், சாவித்திரி சம்பந்தப்பட்ட காட்சியைப் படமாக்கி, அன்றைய தினத்தின் வேலையை சந்திரபாபு முடித்தார்.

அடுத்த நாள், எம்.ஜி.ஆர்., 'அரை நாள் மட்டுமே வர முடியும்' என்று வந்து படப்பிடிப்பில் கலந்துகொண்டார்.

அதற்கப்புறம் எம்.ஜி.ஆரின் கால்ஷீட் தேதி எதுவும் உறுதியாகாத நிலையிலும், சந்திரபாபு தன் சொத்துக்களை அடமானம் வைத்து அதிக வட்டிக்குக் கடன் வாங்கி படத்தின் மற்ற காட்சிகளைப் படமாக்க ஆரம்பித்தார்.

பலமுறை எம்.ஜி.ஆரைச் சந்தித்து கால்ஷீட் தேதிகளைக் கேட்டும் எம்.ஜி.ஆர் கால்ஷீட் தராமல் தள்ளிப் போட்டுக் கொண்டே இருந்தார்.

இறுதியில் எம்.ஜி.ஆர், சந்திரபாபுவிடம் தன் அண்ணன் எம்.ஜி. சக்கரபாணியிடம் போய் கால்ஷீட்டை பெற்றுக்கொள்ளுமாறு கூறினார்.

விதி எழுதிய விபரீத நாடகமாக அந்த சந்திப்பு மாறியது!

எம்.ஜி.சக்கரபாணியிடம் சந்திரபாபு, தான் சொத்தை யெல்லாம் அடமானம் வைத்து பெரும் பொருளாதார சிக்கலிலும், அபாயத்திலும், மன அழுத்தத்திலிருப்பதையும் நெகிழ்ந்து கூறினார்.

என்ன காரணமோ எம்.ஜி.சக்கரபாணி சற்றும் நற்தன்மை இல்லாமல் அலட்சியமாகப் பேசினார். எப்போது தேதிகளை தர முடிவு செய்திருக்கிறார்களோ அந்த தேதிகளை எழுதித் தருமாறு சந்திரபாபு கேட்க அதற்குப் பதிலாக எம்.ஜி.சக்கரபாணி ஒரு தவறான சொல்லை உபயோகித்து விட்டார்.

அந்தச் சொல் சந்திரபாபுவை கோபமூட்ட அவரும் பதிலுக்கு வார்த்தையைத் தவறவிட்டுவிட்டார்.

இப்படி ஒருவரை ஒருவர் ஏசி, அதுவும் ஒரு உச்சத்தைத் தொட, தன்னிலை இழந்த சந்திரபாபு அருகே கிடக்கும் நாற்காலியை தூக்கி சக்ரபாணியை அடிக்க ஓங்கினார்.

அருகிலிருக்கும் நண்பர்கள் சந்திரபாபுவைத் தடுத்து வெளியே தள்ளிச் சென்றனர்.

சந்திரபாபு வெளியே செல்லும் போது எம்.ஜி.சக்கரபாணி உரக்கக் கத்தினார்...

"ஏய், சந்திரபாபு ஞாபகம் வெச்சுக்கோ. அவர் எம்.ஜி.ஆர்... எம்.ஜி.ராமச்சந்திரன். தமிழ் சினிமாவோட சூப்பர் ஸ்டார்!"

பதிலுக்கு சந்திரபாபுவும் "ஏய், சக்கரபாணி, நீயும் ஞாபகம் வெச்சுக்கோ. நான் ஜே.பி! ஜோசப் பனிமயமாதா பிச்சை. சூப்பர் மனுஷன்!"

"நான் யாரிடம் கடன் வாங்கினேனோ அவன் கடன் கொடுக்கும்போது, தான் வாங்கிக்கொண்ட கடன் பத்திரங்க ளெல்லாம் ஒரு சடங்குதானே தவிர எப்போதும் விரோத நடவடிக்கைக்கு அல்ல என்றான். கடன் கொடுப்பவன் கூறும் இனிப்பான வார்த்தைகளெல்லாம் கொடு நாகத்தின் விஷத்தைவிட அதிக விஷமுள்ளது. நாமறியாமல் நம்மை மெல்லக் கொல்லும் நஞ்சு. என்னுடைய சொத்துக்கள் பல ஏக்கர் நிலங்கள், இருபது கிரவுண்டில் நான் கட்டி வந்த கனவு

மாளிகை எல்லாவற்றையும் இட்டுக் கட்டிய கணக்குகளின் மூலம் ஜப்தி செய்துவிட்டான்."

"சேட்டு, நான் கட்டி வந்த வீட்டை கனவு மாளிகைனு சொல்லுவேன். அத நீ நிஜமாகவே கனவாக்கிட்டே!"

சந்திரபாபு, ஜப்தி செய்யப்பட்ட, தான் கட்டி வந்த மாளிகைக்குச் சென்றார். அந்த மாளிகை இரண்டு மாடிகளாலானது. காரை நேரே இரண்டாவது மாடிக்கு செல்வது போலக் கட்டப்பட்டிருந்தது.

சந்திரபாபு, கட்டி முடிக்காத அவ்வீட்டின் ஒவ்வொரு அறைக்குள்ளும் சென்று பார்த்தார்.

சோகம் மேலெழுந்து, பின் கொஞ்சம் கொஞ்சமாக இறங்கி, லேசான புன்னகையாக மாறி, அதுவும் சிரிப்பாகி, பின் பெருஞ் சிரிப்பாக வெடித்தது!

அந்த வெடிச்சிரிப்பு அடுத்து அவர் நடிக்கும் படத்தின் பாடலொன்றில் கலக்கிறது. பாடல் 'சிரிப்பு வருது, சிரிப்பு வருது, சிரிக்கச் சிரிக்க சிரிப்பு வருது...' என்று தொடங்கியது.

*

1965ல் இந்தியாபாகிஸ்தான் யுத்தம் தொடங்கியது.

தமிழ் திரைப்பட நடிகர்கள் எல்லாரும் யுத்த நிதிக்குப் பணமாகவும் நகைகளாகவும் வழங்கினர். அது மட்டுமின்றி நட்சத்திரக் கலைவிழாக்களை நடத்தி பணம் திரட்டித் தந்தனர். சிவாஜி ஜெமினி சாவித்திரி, பத்மினி, ஜெயலலிதா, எம்.எஸ்.வி., கண்ணதாசன் உட்பட பெரிய குழு, போர் முனைக்கே சென்று ஜவான்களுக்கு கலை நிகழ்ச்சிகள் நடத்திக்காட்டி உற்சாகப்படுத்தினர்.

பின்னர், மெட்ராஸ் வரும் வழியில் ஜனாதிபதியாக இருந்த சர்வபள்ளி ராதாகிருஷ்ணன் அழைப்பின் பேரில் கலைக்குழுவினர் ஜனாதிபதி மாளிகைக்கு அவரைச் சந்திக்கச் சென்றனர். அப்போது பாடல்களைப் பற்றிப் பேச்சு வர அன்றுபோல் இன்றையப் பாடல்கள் இல்லையே என்று ஜனாதிபதி குறிப்பிடுகிறார். உடனே சந்திரபாபு, ஆர்மோனியம் ஒன்றைக் கேட்டுப் பெற்று, எம்.எஸ்.வி.யை ஆர்மோனியம் இசைக்கச் சொல்லி, "பிறக்கும் போதும் அழுகின்றான்"என்று பாடலைப் பாடிக் காட்டினார். ஜனாதிபதியும் பாடலைக் கேட்டு நெகிழ்ந்து போய் "ஆகா பிரமாதம்... பிரமாதம்!" என்று பாராட்டினார்.

அவர் அப்படிப் பாராட்டிக் கூறியதுதான் தாமதம், யாரும் எதிர்பாராத வகையில் சந்திரபாபு துள்ளி எழுந்து நேரே அவர் மடியில் விழுந்து அவருடைய கன்னத்தைக் கிள்ளி "நீ ரசிகன்டா கண்ணு" என்று கூறி மகிழ்ந்தார். அங்கிருக்கும் அனைவரும் அதிர்ச்சியுற்று என்னவாகுமோ என்று பதறிவிடுகின்றனர். ஜனாதிபதியோ நிகழ்வைப் பெரிது படுத்தாமல் சந்திரபாபுவைத் தட்டிக்கொடுத்து அவருடைய இருக்கைக்கு அனுப்பினார்.

*

அதிகம் வாய்ப்புகளில்லாமல் மாதங்கள் கழிகிறது.

அந்த நேரத்தில் சந்திரபாபு இயக்கத்தில் ஒரு படம் தயாரிக்க இருவர் முன் வந்தனர். சந்திரபாபுவும் அதில் ஒரு பாகஸ்தர் ஆனார். சந்திரபாபு சொன்ன கதை அவர்களுக்குப் பிடித்துவிட

அந்தப் படத்தின் தயாரிப்பு வேலைகளில் இறங்கினார்கள். இந்த முறை பெரிய நடிகர்களை நாடாமல் சாவித்திரி, கே.ஆர். விஜயா ஆகிய இருவர் மற்றும் ஒரு ஊமை கதாபாத்திரத்தில் சந்திரபாபுவே நடிப்பது என்று முடிவானது.

'தட்டுங்கள் திறக்கப்படும்!' படத்தின் துவக்க விழா சிறப்பாக நடந்தது. காமராஜ் தலைமை வகித்தார். கருணாநிதி கேமராவை இயக்கி வைத்தார். சந்திரபாபுவின் தந்தையாரும் நிகழ்ச்சியில் பங்கு கொண்டார்.

அந்த நாட்களில் சந்திரபாபு, படங்களில் மிகக் குறைவாக நடித்த காரணத்தினாலும், படத்தயாரிப்பில் பணமெல்லாம் முடங்கி இருந்ததாலும், கையில் பணமில்லாத மிகவும் சிரமமான நிலை.

அடுத்த நாள் கிருஸ்துமஸ். குடும்பத்தினருக்கு துணிமணி எடுக்கவோ, உறவினருக்கு பரிசுப்பொருட்கள் தருவதற்கோ வழியொன்றில்லாமல் சோர்ந்துபோய் சாய்ந்திருந்தார் சந்திரபாபு.

இதுபோன்றச் சூழிலில்தான் பின்னோக்கி மனம் சென்று, 'அதை அப்படிச் செய்திருந்தால் இன்று இப்படி ஆகியிருக்காதோ? அந்த விஷயத்தில் வேறு மாதிரி நடந்துகொண்டிருந்தால் இது மாதிரி ஆகி இருக்காதோ?' என்றெல்லாம் திருத்த முடியாத நிகழ்வுகளைத் திருத்திப் பார்த்து மனம் பரிதவிக்கும். சந்திரபாபுவும் அப்படி நொந்து தவித்துக்கொண்டிருந்தார்.

மனமுருக மாதாவை எண்ணி பிரார்த்தனை செய்தார்.

வீட்டின் அழைப்பு மணி அடித்தது.

சந்திரபாபுவின் தம்பி ஜவகர் சென்று கதவைத் திறந்தார். அங்கு ஒரு மனிதர். கையில் ஒரு பரிசுப் பெட்டி. "சந்திரபாபு சார் வீட்டுல இதக் கொடுத்திட்டு வந்திடுன்னு ஐயா அனுப்பிச்சார்!" என்று ஒரு பரிசுப்பெட்டியைக் கொடுத்து விட்டு, 'ஐயா' யார் என்று கேட்பதற்குள் வந்தவன் சென்று விட்டான்.

ஜவகர் உள்ளே அண்ணனிடம் சென்று, வந்த பரிசுப்பெட்டியைக் கொடுக்கிறார்.

"பிரிச்சுப் பாரு ஜவகர்..."

உள்ளே ஸ்பென்சரில் வாங்கப்பட்ட கிருஸ்துமஸ் கேக். அத்துடன் ஒரு கவர். அதைத் திறந்தால் அதில் ஐந்தாயிரம் ரூபாய்.

பெயரெழுத மறந்த ஏதோ ஒரு நண்பனின் மனதில் மாதாதான் நுழைந்து தனக்கு உதவி செய்திருக்கிறாள் என்று முடிவு செய்தார் சந்திரபாபு.

அனுப்பியது யாராக இருக்கும்?

சிவாஜி... ஜெமினி... ஏ.எல்.எஸ்... சாவித்திரி...?

யார்?

அப்போது போன் மணி அடித்தது.

டி.ஆர்.ராமண்ணா. திரைப்பட டைரக்டர் மட்டுமல்ல

அவர் சந்திரபாபுவின் நேசத்துக்கும் நம்பிக்கைக்கும் உரிய நண்பர்.

"பாபு சார், ஹேப்பி கிருஸ்துமஸ். என்னோட அடுத்த படத்தில நீங்க நடிக்கணும். நீங்க சொல்ற நேரம் வந்து கதை சொல்றேன்!"

"உங்ககிட்ட என்ன சார் நான் கதை கேக்கறது. கதையும் கேக்க மாட்டேன். ரேட்டும் பேச மாட்டேன். ஆமா யாரை வெச்சு பண்ணறீங்க..? யார் ஹீரோ..?"

"ஹீரோ எம்.ஜி.ஆர்.தான்!"

சந்திரபாபு ஒரு கணம் அமைதி ஆனார்.

"பாபு சார்..."

"அந்த ஆளுகிட்ட ..." என்று எரிச்சலுடன் ஆரம்பித்தார் சந்திரபாபு.

"அதெல்லாம் நான் பாத்துக்கிறேன்!"

"எம்.ஜி.ஆர் ஹீரோன்னா... என் ரேட்டு..?" என்று, ராமண்ணா தரத் தயங்கி மறுக்கும் தொகையான 'ஐம்பதாயிரம் ரூபாய்' என்று சந்திரபாபு சொல்ல எத்தனிக்கும் போது,

“ஒரு லட்ச ரூபாய்..!” என்றார் ராமண்ணா.

அந்த நேரம் சந்திரபாபு சற்றும் எதிர்பாராத பெரிய சம்பளத் தொகை அது.

*

‘பறக்கும் பாவை’ படப்பிடிப்பு. படம் முழுவதும் ஒரு சர்க்கஸ் பின்னணியில் நடப்பதுபோல அமைந்த கதை.

சர்க்கஸ் அரங்கம் பெரிதாக எழுப்பப்பட்டிருந்தது.

சந்திரபாபுவுக்கு சர்க்கஸ் கோமாளி வேடம். ஒப்பனையை முடித்து அரங்கில் உட்கார்ந்திருந்தார்.

தாமதமாக வரும் எம்ஜிஆர் நேரே ஒப்பனை அறைக்குள் சென்று விடுகிறார்.

சற்று நேரத்தில் எம்ஜிஆரின் உதவியாளர் சந்திரபாபுவிடம் வந்தார்.

“ஐயா உங்களைப் பாக்கணுமாம். உங்களை வரச் சொன்னார்.”

“என்னப் பாக்கணும்னா நான் இருக்கிற இடத்துக்குத் தான அவரு வரணும்?”

வந்தவர் ‘இதை எப்படிச் சொல்வது?’ என்று பதற்றத்துடன் எம்ஜிஆரிடம் சென்றார்.

சற்று நேரத்திற்கெல்லாம் எம்ஜிஆர், சந்திரபாபு இருக்கும் அரங்கத்திற்கே வந்துவிட்டார்.

சந்திரபாபு சற்றே தன் கண்களை உயர்த்தி ‘என்ன?’ என்பது போல் பார்த்து தன் நாற்காலியிலேயே உட்கார்ந்திருந்தார்.

எம்ஜிஆர் லேசாகச் சிரித்தபடி சந்திரபாபுவின் தோள்களைப் பற்றி மேலே உயர்த்தி நிறுத்தினார்.

“பாபு சார், நீங்க என் மேலே ரொம்பக் கோபமா இருக்கீங்கங்கறது எனக்குத் தெரியும். இப்ப நான் சில விஷயங்களை உங்ககிட்ட கேக்கறேன்.

உங்ககிட்ட நான் வந்து எனக்குப் படத்தில நடிக்க வாய்ப்புக் கொடுங்கன்னு கேட்டேனா? அல்லது நீங்க என்கிட்டே வந்து என்னை நடிக்கச் சொல்லிக் கேட்டீங்களா?

உங்க கஷ்டத்துக்கெல்லாம் காரணமான தயாரிக்கும் பொறுப்பு, நீங்க ஏத்துக்கிட்ட முடிவு. நான் சொல்லிச் செஞ்சதா அல்லது அது நீங்களாகவே எடுத்த முடிவா?

கொடுமையான வட்டிக்கு சொத்த அடமானம் வெச்சுக் கடன் வாங்கச் சொன்னது நானா அல்லது நீங்களே செஞ்சதா?

என்னை நீங்க முதலில சந்திச்சப்போ உங்ககிட்ட 'என்னை வெச்சு படம் பண்ணறீங்க... நீங்க பொறுமையா இருக்கணும்'னு சத்தியம் வாங்கினது உண்மையா இல்லையா?

சினிமா உலகத்தில படம் தள்ளிப் போறது, கால்ஷீட் மாறுறது, ஷெட்யூல் கேன்சல் ஆறது, ஏன் படமே டிராப் ஆறது அதிசயமா?

என் படங்களே எத்தனப் படங்கள் டிராப் ஆகியிருக்கு, ஏன்... நான் தயாரிச்ச படங்களையே நான் டிராப் செஞ்சிருக்கிறது உங்களுக்குத் தெரியாதா?

நமக்கு நடுவில வேண்டியவங்க எத்தனையோ பேர்

இருந்தும் யார் மூலமாவது நம்ம ரெண்டு பேருக்கும் நடுவிலிருந்த மனஸ்தாபத்தப் போக்க ஏதாவது முயற்சி எடுத்தீங்களா?

நீங்க என்னப் பத்தி மத்தவங்ககிட்டேயும் பிரஸ்ஸிலேயும் பேசின மாதிரி நான் யார்கிட்டேயாவது உங்களைப் பத்தி தப்பா பேசி நீங்க கேள்விப்பட்டிருக்கீங்களா?

இது எல்லாத்துக்கும் மேலே, என்னதான் ஆத்திரமூட்டுற மாதிரி நடந்திருந்தாலும், நான் தகப்பனா மதிக்கிற என் அண்ணனை நாற்காலியைத் தூக்கி நீங்க அடிக்கப்போனது சரிதானா?

உங்க அப்பாவை அப்படி நான் அடிக்கப்போயிருந்தா நீங்க என்னை மன்னிப்பீங்களா?

நீங்க ஒரு பெரும் கலைஞன்னு நாடோடி மன்னன் பட விழாவில சொன்னதை இன்னைக்கும் நான் நம்பறேன். அதனாலதான் இந்தப் படத்தில நீங்க இருக்கிறீங்க. இனி வரும் படங்களிலெல்லாம்கூட இருப்பீங்க.

இன்னொரு விஷயம் பாபு சார்... கிருஸ்துமஸ் கேக்கும், பணமும் யார் கொடுத்தனுப்பியிருப்பாங்கன்னு நீங்க குழம்பி இருப்பீங்க. கொடுத்தனுப்புனது நான்தான். ராமண்ணாகிட்ட லட்ச ரூபா சம்பளம் கொடுக்கச் சொன்னதும் நான்தான். உங்க வேதத்தில ஒரு வரி வரும். 'ஒருத்தன் ஒரு கன்னத்தில் அடிச்சா மறு கன்னத்தைக் காட்டு'ன்னு. நான் மறு கன்னத்தைக் காட்டல. ஆனா, சொல்லால அடிபட்டதுக்குப் பதிலா கிருஸ்துமஸ் பரிசுங்கற பூவால தட்டிக்கொடுத்தேன்.

பாபு சார், நீங்க பெரிய கலைஞன். நல்ல மனிதன். ஆனா இன்னும் ரொம்ப நல்ல மனிதனா ஆகணும்னு மனசார விரும்பறேன்!"

சந்திரபாபுவின் கண்கள் பனித்தன.

கோமாளி வேடமிட்ட சந்திரபாபு, ஒன்றும் பேசாமல் எம்ஜிஆரின் கண்களை நன்கு கூர்ந்து பார்த்துவிட்டு, திரும்பி சர்க்கஸ் கூடார அரங்கமைப்பின் வேறு பக்கம் மெதுவே நடந்து போனார்.

"இந்த மனுஷன் சொல்றதுல உண்மை இருக்கலாமோ?"

ஏனோ அவரது நினைவினில், "ஒண்ணுமே புரியல உலகத்தில... என்னேனாமோ நடக்குது, மர்மமா இருக்குது! கண்ணிலே கண்டதும் கனவாய்ப் போனது... காதிலே கேட்டதும் கதையாய் ஆனது! என்னான்னு தெரியல... சொன்னாலும் விளங்கலே! என்னைப்போலே ஏமாளி எவனும் இல்ல..!" என்ற பாடல் ஒலித்துக்கொண்டிருந்தது.

*

'தட்டுங்கள் திறக்கப்படும்!' படம் வேகமாக வளர்ந்து குறிப்பிட்டக் காலத்திலும் முடிந்தும் விடுகிறது.

படம் விறுவிறுப்பான மர்மக்கதை. எடுத்திருந்த பாணியும் வழக்கத்துக்கு மாறானது. 'தட்டுங்கள் திறக்கப்படும்!' வந்த அந்த வருடம் 66ல், பல வகையான படங்கள் வெளியாயின.

எம்.ஜி.ஆர். நடித்த 'அன்பே வா', சிவாஜி நடித்த 'சரஸ்வதி சபதம்', 'வல்லவன் ஒருவன்', 'யாருக்காக அழுதான்?', 'மெட்ராஸ் டு பாண்டிசேரி', 'சாது மிரண்டால்' என்று விதவிதமான கதையமைப்பில் படங்கள் வெளியாயின.

'தட்டுங்கள் திறக்கப்படும்!' எதிர்பார்த்த அளவு வெற்றி பெறவில்லை. அந்தப் படத்தின் வணிக ரீதியான எதிர்மறை பலன் சந்திரபாபுவைப் பெரிதும் பாதித்தது.

இனி இவர் நடிக்க மாட்டாரோ என்ற சந்தேகத்தில் அவரைத் தேடி வரும் தயாரிப்பாளர்களும், இயக்குனர்களும் குறைந்துவிட்டார்கள்.

சந்திரபாபு பல மாதங்கள் வீட்டுக்குள்ளேயே முடங்கிப் போனார். வருமானமும் குறைந்துகொண்டே வந்து, ஒரு கட்டத்தில் நின்றேபோய்விட்டது.

வறுமை என்னும் பிசாசு முதலில் தின்பது மனிதனின் உள்ளிருக்கும் நம்பிக்கையை. போதாமை என்ற கட்டத்திலிருந்து இல்லாமையைத் தாண்டி வறுமைக்கோட்டின் அருகே பயணித்துக்கொண்டிருந்தார் சந்திரபாபு.

"'தட்டுங்கள் திறக்கப்படும்!' படத்தின் தோல்வி, நானே எனக்கு விதித்துக்கொண்ட சிறையில் இரண்டு வருடங்கள் என்னைத் தள்ளியது. இந்த சினிமாத் துறை வெற்றி அடைந்த மோசமான படங்களுக்கு சிம்மாசனமும், தோல்வி அடைந்த நல்ல படங்களுக்கு சிறைவாசமும் தரும்!"

சந்திரபாபு தனியே அமர்ந்து விஸ்கி அருந்திக் கொண்டிருந்தார். விளக்கு அணைகிறது. கீழே ஏதோ அரவம் கேட்க ஒரு மெழுகுவர்த்தியை ஏற்றிப் படிகளில் இறங்கி வந்தார்.

மின்வாரிய ஊழியர் ஒருவர், சந்திரபாபு பில் கட்டாததினால் இணைப்பைத் துண்டித்திருந்தார்.

அவரிடம், "எல்லாமே அணைஞ்சு போன பிறகு, இந்த விளக்கு ஒண்ணு ஏன் எரியுதுன்னு அதையும் அணைச்சிட்ட போல..." என்றார்.

"மன்னிச்சிடுங்க ஐயா!"

"மின் இணைப்பு துண்டிக்கப்பட்ட பிறகு இருளில் இரண்டு நாட்கள் உணவுகூட இல்லாமல் அடிபட்டுக் கிடந்தேன். யாரையும் குறை கூறவில்லை. மனம் நோகவில்லை. நொந்து போகவில்லை. விதிக்கப்பட்டதை ஏற்கத் தெரிந்தால், வகுக்கப்பட்டதை மதிக்கத் தெரிந்துவிடும். என் மீது நடக்கும் நாடகத்தை நானே வேடிக்கை பார்க்க ஆரம்பித்தேன். குடியைப் பற்றி யார் எது சொல்லியிருந்தாலும், நான் நம்புவது... வாழ்க்கை நம்மை அறுத்துப் பார்க்கும் முறையைத் தாங்குவதற்கு வலியுணராச் சாதனம்தான் இந்தக் குடி.

சில கோப்பை விஸ்கியின் நட்புதான் இருளுக்கும் ஒளிக்கும் உண்டான சின்னக்கோட்டை அழிச்சிட்டு இருந்தது.

இருளே ஒளி... ஒளி இருள்!"

*

"எனக்காகக் கவலைப்படவும், பரிவுடன் என்னைப் புரிந்துகொள்ளவும் இருந்த ஒரு ஆன்மா சாவித்திரி. எல்லா நேரமும் அவளது மனதின் கதவும் வீட்டின் கதவும் எனக்காகத் திறந்தே இருக்கும். எங்கள் உறவைப் புரிந்து கொள்ள வேறொரு ஆழறிவுத் தளத்திலிருப்பவர்களால்தான் முடியும். நாங்களிருவரும் எவ்வளவு தூரம் தொலைவிலிருக்கிறோமோ அவ்வளவு அருகிலிருப்போம். எவ்வளவு அருகிலிருக்கிறோமோ அவ்வளவு தொலைவிலிருப்போம். சூரியனுக்கும் சூரிய காந்திக்கும், சந்திரனுக்கும் அல்லிக்கும் உள்ள உறவுபோல.

பல சமயங்களில், நானும் சாவித்திரியும் எதிரெதிரே பலமணி நேரம் அமர்ந்திருப்போம்... ஒன்றும் பேசாமல். சில கோப்பை மதுவை அருந்தியபடி! சில நேரம் ஓரிரு வார்த்தைகள்!

ஒரு முறை லேசாக தனக்குத் தானே பேசுவதுபோல 'கணவன் இறந்துவிட்டால் மறுமணம் செய்யலாம். காதலன் இறந்துவிட்டால்? எங்கயோ படிச்சேன் பாபு...'

மௌனத்தால் பேசிய மொழியில் களைப்படைந்த பிறகு நான் சென்றுவிடுவேன்!"

*

"மோசமான நாட்களுக்கும், மிகவும் மோசமான நாட்களுக்குமிடையே என் வாழ்வு கழிந்துகொண்டு இருந்தது. அன்று மிகமிக மோசமான நாள்! நான் பதினைந்து வருடங்களாகக் குடியிருந்த வீட்டுக்கு பல மாத வாடகை பாக்கி காரணமாக வீட்டைக் காலி செய்ய கோர்ட் ஆர்டர் வாங்கிவிட்டார் வீட்டு ஓனர்.

வீடு என்பது நினைவுகளாலும், அனுபவங்களாலும், நிகழ்வுகளாலும் மனிதனுள் கட்டமைக்கப்பட்ட உள்ளில்லம். அதிலிருந்து வெளியேற்றப்படுவது என்பது ஆழந்தெரியா பள்ளத்தில் தள்ளப்படுவது போலாகும். எங்கெங்கோ அலைந்து திரிந்து வாடகை பாக்கிக்கான பணத்தைத் திரட்டிக்கொண்டு வந்து கொடுத்தேன். அதை வாங்கி விட்டு, இன்னொரு கோர்ட் ஆர்டரைக் காண்பித்தார்.

அது அவர் வீட்டிற்கு அவரே குடி பெயர்வதற்கான உத்தரவு!

மெட்ராஸில் சினிமாக்காரர்களுக்கு வீடு கிடைப்பது சினிமாவில் வாய்ப்பு கிடைப்பதைவிடக் கஷ்டம். ஒருவன் எவ்வளவு பிரபலமோ அவ்வளவு சிரமம் அவனுக்கு வீடு கிடைப்பது. யாரை மக்கள் விரும்புகிறார்களோ அவர்களையே ஒதுக்கியும் வைக்கிறார்கள் என்பது ஒரு முரண்!"

சந்திரபாபு மிகவும் சிரமப்பட்டு சிறிய வீடொன்றுக்கு குடி போனார். அந்த வீட்டில் ஒருநாள் சந்திரபாபு முகத்தைக் கழுவிவிட்டு வெளியறைக்கு வந்தார்.

மங்கலான வெளிச்சத்தில் மிஸ்டி அமர்ந்திருந்தாள்.

"மிஸ்டி"

"எப்படியிருக்கே பாபு?"

"ஐயாம் கிரேட். பாத்தேயில்ல... நல்ல வீடில்ல, வருமானமில்ல, சோறில்ல, உயிர் மட்டும் ஒடம்புல ஒட்டிக்கிட்டு இருக்கு!"

"பாபு எனக்கு வேண்டிய ஒருத்தர். படமெடுக்கிறார். சின்னப் படம்தான். பதினைஞ்சு நாள் வேலை. ஐயாயிரம் தர்றேன்கிறார். செய்யறியா?"

சந்திரபாபு மிஸ்டியைக் கூர்ந்து பார்த்தார்.

"மிஸ்டி, அவர் தர்றதா சொல்ற பணம், என் திறமைக்கா அல்லது நான் இப்ப இருக்கற நிலைமைக்கா?"

மிஸ்டி, சந்திரபாபுவின் பார்வையைத் தவிர்த்து, "சொன்ன பணம் உன் தகுதிக்கில்ல. அவங்க தரக்கூடிய தகுதிக்கு" என்று வேறு பக்கம் பார்த்துக் கூறினாள்.

"மிஸ்டி, இப்ப என்கிட்டே மிஞ்சி இருக்கறது என் தன்மானம் ஒண்ணுதான். அதையும் நான் இழக்கணுமா சொல்லு?"

மிஸ்டி ஒரு கணம் தன் தலையைத் தாழ்த்திவிட்டு "வேண்டாம் பாபு!" என்று கூறிவிட்டுச் சென்றாள்.

*

வேறொரு நாள் மாலையில்...

"அண்ணா சௌக்கியமா" என்று உரக்கக் கேட்டவாறு சினிமாக் கதையாசிரியர் ஏ.எல்.நாராயணன் உள்ளே நுழைந்தார்.

"என்ன ஏயெல்லென்... அதிசயமா?"

"பாலாஜி படமொன்னு எடுக்கிறார். நான் எழுதறேன். சிவாஜி ஹீரோ. நீர்தான் காமெடி. உமக்கு ட்ரிப்பிள் ரோல். இந்தி 'ஜானி மேரா நாம்' படத்தோட ரீமேக்."

" 'கண்ணன் வருவான்' கதை மாதிரி ஆயிடாதே?"

கண்ணன் வருவான் என்ற ஏ.எல்.நாராயணன் எழுதிய படத்தில் பத்து நாட்கள் சந்திரபாபுவிடம் வேலை வாங்கிவிட்டு பணம் கொடுக்காமல் படத்தை வெளியிட்டுவிட்டார்கள்.

பாலாஜி சிறந்த தயாரிப்பாளர். குறிப்பாக பேசிய பணத்தை பேசிய நேரத்தில் சரியாகத் தருவதில் நல்ல பெயரெடுத்தவர். சந்திரபாபுவுக்கும் ஒப்புக்கொண்ட சம்பளத்தொகையைச் சரியான தவணை முறையில் கொடுத்துவந்தார்.

'ராஜா' படப்பிடிப்பில் சந்திரபாபு சிவாஜி கணேசனை சந்திக்கிறார்.

"என்னடா பாபு எப்படி இருக்கே?"

"எப்பவும் போலத்தான்!"

"நீ இந்தப் படத்த ஒத்துக்கிட்டேன்னு எனக்குத் தெரியாது!"

"ஏன்?"

"நீதான் ஒரு ரூபா அவனுக்குக் கொடுத்தத விட அதிகமாக் கொடுன்னு ஏதாவது ராங்கித்தனம் பண்ணுவியே!"

"இதிலேயும் சிவாஜிக்கு ஒரு வேஷம்னா எனக்கு மூணு வேஷம் வேணுமின்னு கேட்டேன். கொடுத்த பிறகுதான ஒத்துக்கிட்டேன்!" என்று சிரித்தார் சந்திரபாபு.

"யானை படுத்தாலும் குதிர மட்டு. எப்பவும் நீ நீதாண்டா..!" சிவாஜி கணேசன் பரிவு கலந்த பெருமையுடன் சந்திரபாபுவைத் தட்டிக்கொடுத்தார்.

வழக்கம்போல் ஒரு நாள் சந்திரபாபு, சாவித்திரியின் வீட்டிற்குச் சென்றார். இருவரும் எதிரெதிரே அமர்ந்து மது அருந்த ஆரம்பித்தார்கள்.

எப்போதோ கேட்ட வரிகள் சந்திரபாபுவின் மனதில் ஓடுகிறது.

"துயரமென்னும் மதுவை அருந்த ஒரு துணை நீ
வேதனை என்னும் ஆற்றைக் கடக்க இன்னொரு துடுப்பு நீ
சோகம் என்னும் வெளியில் பறக்க மறு சிறகு நீ
முள் மேல் நடக்கும் கால்களில் ஒரு கால் நீ
துயரத்தின் வலியறிய துயரத்தின் வலியை அனுபவித்திருக்க
வேண்டும்
துயரத்தால் நிறையும் இதயம்போல மதுவால் கோப்பையை
நிரப்பு
கிழிக்கப்பட்ட இதயம். இரு கண்களில் கண்ணீர்.
நீர் வழியும் என்னிரு கண்களில் ஒரு கண் நீ!"

சில கோப்பைகள் காலியான பிறகு சாவித்திரி எழுந்திரிக்க எத்தனிக்க சற்றே தடுமாறி விழப்போனார்.

சந்திரபாபு சட்டென்று எழுந்து சென்று சாவித்திரியைத் தாங்கிப் பிடித்தார். அந்நேரம் மின்சாரம் துண்டிக்கப்பட்டதால் மின்விளக்கு அணைந்தது; அறை இருளில் ஆழ்ந்தது.

ஓரிரு நிமிடங்களில் மீண்டும் மின்விளக்கு எரிந்தது.

அரை மயக்கத்தில் இருக்கும் சாவித்திரியின் தோளை சந்திரபாபு அணைத்தவாறு எதிரே பார்த்தார்...

அங்கே...

ஜெமினி கணேசன்!

அவருடைய மனைவி, தன் தோளில் சாய்ந்திருக்க, தானும் அவரைத் தன்னோடு அணைத்திருக்க அதை அவர் பார்த்துக் கொண்டிருக்க என்ன விபரீதம்!?

சந்திரபாபு கலவரத்தோடு ஜெமினி கணேசனியிடம் என்ன பேசுவது என்று அறியாமல் பதறி நின்றார்.

ஜெமினி, இருவரையும் பார்த்துவிட்டு, "மிஸ்டர் பாபு, சாவித்திரிய பெட்ரூம்ல படுக்கவெச்சுட்டு வாங்க!" என்று கூறி உதட்டில் சிகெரெட் ஒன்றை வைத்துப் பற்ற வைத்தார்.

சந்திரபாபு, சாவித்திரியை மெதுவாக நடத்திச் சென்று படுக்கையில் சாய்த்துவிட்டுத் திரும்பி வந்தார்.

ஜெமினியை நிமிர்ந்து பார்க்காமல் வாயில் வரை சென்று அங்கு ஒரு கணம் தாமதித்தார்.

"மிஸ்டர் ஆர்.கணேசன்... யூ ஆர் எ ஜென்டில்மேன்" என்று கூறிவிட்டு சந்திரபாபு வெளியேறினார்.

*

"மெதுவாகத் தள்ளாடித் தள்ளாடி என் கைகளுக்கு வரும் பணம் போகும்போது மட்டும் புயல் வேகத்தில் போய் விடும்!

'ராஜா' படத்தில் நடித்ததற்கான சம்பளம் முழுவதும் சரியாக பாலாஜி கொடுத்துவிட்டார். ஆனால் மூன்று வேடத்தில் நான் நடித்த 'ராஜா' படம் வெளியான நாளன்று கையில் ஒரு ரூபாய்கூட கிடையாது!

அடிபட்ட ரணத்தில் உப்பைத் தேய்ப்பது விதியின் குணம்.

அன்று பார்த்து அம்மா என்னைப் பார்க்க வந்தார்கள்.

என்ன செய்வது என்று புரியவில்லை. நல்ல உணவாவது வாங்க வேண்டுமே?

மனிதன், தடுக்கி விழும் நேரத்தில் பிடித்திழுத்துக் காக்கும் தேவதைகளை சில மனித ரூபிகள் மூலம் பரம பிதா அனுப்புவார்.

"பாபு சார் நீங்கதான் உதவணும். என் முஸ்லிம் நண்பன் ஒருத்தன்கிட்ட, 'சந்திரபாபு என் நண்பர்'ன்னு சொல்லிருந்தேன். அவன் வீட்டுல ஒரு கல்யாணம் விசேஷம். நான் சொன்னத பிடிச்சிக்கிட்டான். 'கல்யாணத்துக்கு சந்திரபாபுவ அழைச்சிட்டு வரமுடியுமா?'ன்னு நாலு பேர் முன்னாடி கேட்டான். அதுக்கென்ன கூட்டிட்டு வர்றேன்னு சொல்லிட்டேன். நீரு தயவுகூர்ந்து வரணும். வரலேன்னா நான் ரீல் சுத்தற பொய்யனாயிடுவேன். பிரியாணி சாப்பாடு மத்ததெல்லாம் பிரமாதமா இருக்கும்." இந்த ஒரு கோரிக்கையோடு வந்தார் ஏ.எல்.என்.

அன்றைய உணவுத் தேவை இப்படி ஒரு தீர்வைக் கண்டது சந்திரபாபுவுக்குத் திருப்தி. வரும்போது தாய்க்கும் பார்சல் கட்டிக்கொண்டு வந்து விடலாம் என்ற திட்டமும் தீட்டிவிட்டார்.

திருமண வீட்டில் தடபுடலான வரவேற்பு!

ஆனால், நேரமாகிக்கொண்டிருந்ததே தவிர சாப்பிட ஏனோ கூப்பிடவில்லை. உணவு தயாராகவில்லையோ என்னமோ? ஏ.எல்.என்.னும் தர்மசங்கடத்துடன் இரண்டு மூன்று முறை கேட்டுப்பார்த்தும் 'அதோ, இதோ' என்ற பதில்தான் கிடைத்துக்கொண்டிருந்தது.

"கல்யாணத்துக்கு தேங்காய் சீனிவாசனும் வந்திருந்தான். ஓரிரு வருடங்களுக்கு முன்னால் சில படங்களில் தலைகாட்டி விட்ட நடிகனாக, அதை விட என் ரசிகனாக அறிமுகம் ஆனவன். இப்போது பல படங்களில் நடித்து பிசியாக இருப்பவன்.

நேரமாவதைப் பொறுக்க முடியாமல் அவனுடைய காரில் என்னை ஏற்றிக்கொண்டு வழியில் விஸ்கி பாட்டிலையும் வாங்கிவிட்டு நேரே இம்பீரியல் ஓட்டலுக்கு வண்டியைச் செலுத்தினான்.

அங்கு ஒரு டேபிளைப் பிடித்து பிரியாணிக்கு ஆர்டர் கொடுத்துவிட்டு விஸ்கியை அருந்த ஆரம்பித்தோம்.

பக்கத்து ஹாலில் கேபரே நடனம்!

ஒரு ஆப்பிரிக்க வாத்திய கோஷ்டி வாசித்துக்கொண்டிருந்தது. நாங்களிருவரும் அந்த ஹாலுக்குப் போனோம். அங்கே வாசித்துக்கொண்டிருந்த ஆப்பிரிக்க ஆர்கெஸ்ட்ராவிடம் திஸ்ர நடையில் தாளம் போடச் சொன்னேன். அவர்களும் திஸ்ர நடையில் ஆப்பிரிக்க பாணியில் மிக உணர்வூட்டும் விதமாக தாளமிட, நான் ரஷிய மொழியில் பாடுகிறேன் என்று சொல்லி உள்ளே இறங்கி இருந்த விஸ்கி மொழியில் படுவேகமாக அவர்கள் தாளத்திற்கேற்றவாறு பாடி ஆடினேன்.

ஆடி முடித்தவுடன், அந்த அரங்கத்திலிருந்தவர்கள் அனைவரும் பெரும் ஆரவாரத்துடன் கை தட்டினார்கள்.

நான் கண்ணீர் விட்டுவிட்டேன். "டேய், சந்திரபாபு நீ இன்னும் இருக்கிறாயடா" என்று எனக்கு நானே சொல்லிக் கொண்டு வெளியே வந்தேன்.

"ஏண்ணே அழுவுறீங்க..?" என்று சீனு கேட்டான்.

"இல்ல சீனு, மேகம் கடலை உறிஞ்சி மழையாக் கொட்டும். உள்ள இருந்த என்ன நான் இப்ப உறிஞ்சினேனா... கண்ணு, மழையக் கொட்டிட்டுது!"

மறக்காமல் அம்மாவுக்கும் ஒரு பிரியாணி பார்சல் செய்து கொண்டு போனேன்.

*

தேங்காய் சீனிவாசன் புது வீடு ஒன்று கட்டி கிரஹப் பிரவேசத்திற்கு சந்திரபாபுவை அவசியம் வருமாறு வற்புறுத்தி அழைத்திருந்தார். சந்திரபாபுவின் மனநிலை உடல்நிலை இரண்டுமே சரியில்லாத நேரம். இருந்தும் விழாவுக்குப் போனார். முகமும் வாடியிருந்தது. சற்று காய்ச்சலும் உடலும் மெலிந்து இருந்ததினால் தட தட வென்று வரும் சந்திரபாபு மெதுவாக அடி மேல் அடியெடுத்து வந்தார். போட்டிருந்த கோட்டு சூட்டு தொளதொள வென்று ஆடியது. ஓர் ஓரத்தில் சென்று களைப்புடன் அமர்ந்தார். அவரைப் பார்த்துவிட்ட தேங்காய் சீனிவாசன் ஓடோடி அவரருகில் வந்தார். சந்திரபாபுவின் கைகளைப் பற்றி, "அண்ணே, நீங்க வந்ததுதாண்ணே எனக்குப் பெருமை" என்றார்.

"சீனு, நீ வீடு கட்டி கிரஹப்பிரவேசம் நடத்தருதல எனக்குச் சந்தோஷம். எனக்குக் கிடைக்காத பாக்கியம் உனக்குக் கிடைச்சிருக்கு. அது ஏன் தெரியுமா..? பைபிள்ல டவர் ஆப் பேபல்னு ஒரு கதை வரும். அப்ப இருந்த மனுஷங்க அத்தன பெரும் சேர்ந்து ஆண்டவனுடைய மேலுலகத்தத் தொட டவர் ஆப் பேபல கட்ட ஆரம்பிச்சாங்க. அது கட்டி முடிக்கப்படாமலேயே போயிடுச்சு. அத மாதிரி நானும் என் தேவைக்குக் கட்டாம என் தற்பெருமைக்குக் கட்டினேன். முடியாமலே போச்சு. டவர் ஆப் பேபல் மாதிரி. நீ தேவைக்கு கட்டியிருக்கே சீனு. அதான் கிரஹப்பிரவேசம் பண்றே."

"அண்ணே ரொம்பக் களைப்பா இருக்கீங்க. வண்டீல வகை வகையா சாப்பாடு, விஸ்கி எல்லாம் வெச்சிருக்கேன். ரிலாக்ஸா வீட்டில போய் சாப்பிடுங்க!"

*

பாலாஜியிடமிருந்து மீண்டும் 'நீதி' என்ற சிவாஜி கணேசன் கதாநாயகனாக நடிக்கும் படம் ஒன்றிற்கு அழைப்பு வந்தது.

சந்திரபாபு பாடி ஆடுவதுபோல ஒரு காட்சி.

பாட்டின் இசைக்கட்டு கடினமாக இல்லாததால் ஸ்டெப்ஸ் எளிதாக அமைத்திருந்தார் நடன ஆசிரியர்.

சந்திரபாபு அந்த எளிய ஸ்டெப்ஸைக்கூட போட முடியாமல் தடுமாறினார். ஓரிரு முறை ஒத்திகை பார்த்த பிறகு டேக்குக்குச் சென்றார்கள். டேக்கில் சந்திரபாபு தடுமாறி விழுந்துவிட்டார்.

கூட நடனமாடும் நடனக் கலைஞர்கள் சிரித்து விடுகின்றனர். சந்திரபாபு சிரமத்துடன் எழுந்து,

"நான் பாக்கறவங்களை சிரிக்க வைக்க எப்படி எப்படியோ நடிச்சிருக்கேன். ஆனா இப்படி சிரிக்க வைப்பேன்னு நினைச்சதே இல்லை. பேட் லக்"

என்று கூறி வெளியேறினார்.

*

நிராகரிப்பு, உள்ளச்சோர்வு மற்றும் குடி உடல் மீது தீவிரத் தாக்குதலை நடத்த ஆரம்பித்தது.

ஒருநாள் சந்திரபாபு கடுமையாக இருமி, ரத்த வாந்தி எடுத்து மயங்கி விழுந்தார்.

வெல்லிங்டன் மருத்துவமனையில் அனுமதிக்கப்பட்டு பல நாள் சிகிச்சைக்குப் பிறகு கண் விழித்தார். இருபது நாட்கள் அங்கிருந்ததாக அறிந்தார். மருத்துவ பில் தொகை இருபதாயிரம் ரூபாய்.

"ஆஸ்பிடல் பில் தொகை தெரிந்ததும், என்னுள்ளத்தில் பயங்கர பீதி அப்பிக்கொண்டது. என் வாழ்க்கையில் எதற்காகவும் அந்த பயம் பயந்ததில்லை. எப்படி இந்த பில் தொகையைக் கட்டப்போகிறேன். எங்கே போவேன். யாரிடம் கேட்பேன்? யார்தான் தருவார்கள்? பில்லைக் கட்டாவிட்டால் என்ன செய்வார்கள்? சிறைக்குப் போக வேண்டி வருமோ? பயம் பயம் பயம்! மனிதன் வேறெதற்கு இல்லாவிட்டாலும் சிகிச்சைக்கும் சாவுக்குமாவது சேர்த்து வைத்துக் கொள்ள வேண்டும்.

டி.ஆர். ராமண்ணா பில் பணத்தைக் கட்டினார். வெளியே வந்தேன்."

அடுத்தமுறை இதேபோல் இருமலும் ரத்தமும் வந்த போது அரசு பொது மருத்துவமனையில் அனுமதிக்கப்பட்டார்.

பல பேரோடு ஒருவராக பொது வார்டில் பல நாட்கள் இருந்தார்.

மீண்டும் வீடு வந்தபோதும் உடல்நிலையில் எந்த முன்னேற்றமுமில்லை!

சிலநாட்கள் கழித்து ஒரு கருக்கலில் அடி வயற்றிலிருந்து குமுறி மேலே வந்த இருமலில் சந்திரபாபு துடித்தார். வாஷ் பேசினில் ரத்தத்தைத் துப்பிவிட்டு கட்டிலில் சாய்ந்தார்.

சிறிதுநேரம் கழித்து, திறந்திருக்கும் கதவின் வழியாக மிஸ்டி வந்தாள்.

"வா மிஸ்டி!"

"உன்னப் பாக்க வந்தேன் பாபு..."

"உடம்பு, மனசு, ஒவ்வொரு இடமும் வலிக்குது மிஸ்டி!"

"வலியோட அடுத்த பக்கம் சுகம். இதுவும் மாறும்."

"அமைதியே இல்லாத வாழ்க்கையா போயிடிச்சு எனக்கு!"

“பிறக்கறது முன்னாலேயும் இறந்த பின்னாலேயும்தான் அமைதி. நடுவில எங்கேயும் கிடையாது பாபு”

“ம்...”

“எனக்காக... ‘பிறக்கும் போதும் அழுகின்றாய்’ பாட்டைப் பாடறியா பாபு?”

“இப்ப இருக்கிற நிலைமைல என்னால பாடவா முடியும்?”

“முடியும். நான் இருக்கிறேன்... பாடு...” என்றாள்.

சந்திரபாபு, மிஸ்டியை ஆழமாகப் பார்த்து விட்டு,

“பிறக்கும் போதும் அழுகின்றாய்
இறக்கும் போதும் அழுகின்றாய்.
ஒரு நாளேனும் கவலையில்லாமல்
சிரிக்க மறந்தாய் மானிடனே.
அன்னையின் கையில் ஆடுவதிலின்பம்
கன்னியின் கைகளில் சாய்வதிலின்பம்
தன்னை அறிந்தால் உண்மையில் இன்பம்
தன்னலம் மறந்தால் பெரும் பேரின்பம்...
... பெரும் பேரின்பம்...”

என்று பாடிவிட்டு, அருகே சிறு மேசையிலிருக்கும் பாத்திமா மாதாவின் பிரேம் போட்ட படத்தைப் பாதி மூடிய விழிகளால் சாய்ந்தபடி பார்த்தார்.

மாதாவின் முகம் மிஸ்டியின் முகம் போலவே இருந்தது.

“மிஸ்டி. நீ பாத்திமா மாதா... பனிமயமாதாதானே?”

வாசல் மற்றும் ஜன்னல் வழியே அடர்ந்த பனிப்புகை உள்ளே புகுந்தது. மிஸ்டி மெலிதாக புன்னகைத்துவிட்டு அடர்ந்த பனியினூடே மெதுவாக வெளியே சென்றாள்.

அவள் வெகு தூரம் புள்ளியாய்ப் போய் மறைந்ததைப் பார்த்துவிட்டு சந்திரபாபு தலையணையில் தலையைச் சாய்த்து, “நான் ஜேபி... ஜோசப் பனிமயமாதா பிச்சை” என்று கூறி இறுதி மூச்சைவிட்டார்.

*

காமராஜ், சிவாஜி, எம்.எஸ்.விஸ்வநாதன் ஆகியோருக்கு உடனே தகவல் தெரிவிக்கப்பட்டது.

நடிகர் சங்க வளாகத்தில் அவருடலுக்குத் திரையுலகம் மற்றும் பொதுமக்கள் கூட்டம்கூட்டமாக வந்து அஞ்சலி செலுத்தினர்.

பின் சந்திரபாபுவின் உடல் சாந்தோம் பேராலயத்திற்கு கொண்டுசெல்லப்பட்டது. சந்திரபாபு திருமணத்தை நடத்திய பங்குத்தந்தை அடைக்கலம் இறுதிச் சடங்கையும் நடத்தினார்.

இறுதிச் சடங்கை நடத்தும்போது, அவர், நடுவில் தொடர முடியாமல் துக்கத்தில் குரலுடைந்து பின்னர் சுதாரித்து சடங்கை முடித்தார்.

பேராலயத்தில் சவப்பெட்டியில் வைக்கப்பட்டிருந்த சந்திரபாபுவின் முகத்தையே பார்த்தவாறு இருந்தார் சிவாஜி கணேசன்.

முன்னமொரு முறை இருவரும் பேசிக்கொண்டது சிவாஜியின் நினைவிலாடியது.

'ஏண்டா, எனக்கென்ன கையில்லையா? நீ என்னத்துக்கு எனக்கு ஸ்ப்ரே செய்யறே?'

'அதில்ல கணேசன், ஒருவேளை உனக்கு முன்னாடி நான் போய்ச்சேந்துட்டன்னா எனக்குப் பிடிச்ச சேனல் 5 சென்ட்டை நீ தானடா எம்மேல தெளிக்கணும். அப்போ நீ தெளிக்கிறதுக்கு இப்பவே அடவான்சா செய்யறேன்!"

'டேய், எல்லாத்தையும் ஏத்தி விட்டுட்டுதான் நீ போவே. இன்னும் எத்தனை பேர நீ பாடா படுத்த வேண்டியிருக்கு..!"

சிவாஜி கண்கலங்க சந்திரபாபு மீது சேனல் 5 சென்ட்டைத் தெளித்தார்.

வேறொரு சமயம் இருவரும் பேசிக் கொண்டது சிவாஜி கணேசனுக்கு நினைவு வந்தது.

'என்ன கணேசா, நான் என்ன சொன்னேன்னு ப்ரோட்யுசர்ஸ் சொன்னாங்களா?'

'ம்... ம்... சொன்னாங்க. என் சம்பளத்த விட நீ ஒரு ரூபா அதிகமா கேட்டேன்னு சொன்னாங்க!'

'எக்ஸாக்ட்லி. அதுக்கு நீ என்ன செஞ்ச?'

'அந்த ஒரு ரூபாய நான்தான் கொடுத்தனுப்பிச்சேன்!'

'இதுக்கு என்ன அர்த்தம்னு உனக்குத் தெரியுதா?'

'என்ன?'

'உன்னவிட நான் பெரிய நடிகன்னு அர்த்தம்!'

அன்று சந்திரபாபு பேசியதை நினைத்த சிவாஜி, சந்திரபாபுவின் உடலைப் பார்த்து, "நீ பெரிய நடிகன் தாண்டா. ஒத்துக்கறேன். எந்திரிடா. இப்ப கூட நீ நடிக்கிறேன்னு எனக்குத் தெரியும். எந்திரிடா. இதோ நீ கேட்ட ஒரு ரூபாய கொண்டு வந்திருக்கிறேன்" என்று குமுறி அழுதவாறு சந்திரபாபுவின் நெஞ்சின் மேல் ஒரு ரூபாய் நாணயத்தை வைக்கிறார்...

"ஒன்ன மாதிரி ஒருத்தனை தமிழ் சினிமா இனி எப்பவும் பாக்காது."

சுற்றிலும் உள்ள அனைவரும் அழுதுவிட்டனர்.

பட்டினப்பாக்கம் கல்லறைக்கு சந்திரபாபுவின் உடல் பெரும் ஊர்வலமாக எடுத்துச் செல்லப்பட்டது.

*

காமராஜ் தன் வீட்டில் எல்லா அலுவல்களையும் கேன்சல் செய்துவிட்டு சந்திரபாபுவை நினைத்தவாறு சோகம் கவ்வி உட்கார்ந்திருந்தார்.

சந்திரபாபு சிறுவனாக இருந்தபோது பேசியது அவர் நினைவில் வந்தது...

'எங்கப்பாவுக்கு பத்துப் பிள்ளைகள். நான் பத்துல ஒண்ணு. உங்க பிள்ளையா என்னை நீங்க எடுத்துக்கிட்டா உங்களுக்கு ஒண்ணே ஒண்ணுன்னு இருப்பேன் இல்ல?'

'நீ எப்பவும் எம் புள்ளதாம்ப்பா...'

இயக்குநர் கே.ராஜேஷ்வர் | 111

'நான் உங்களை அப்பான்னு கூப்பிடலாமா?'

'இனிமே நீ எப்பவுமே அப்பான்னு கூப்பிடு மகனே!'

கண்களில் நீர் முட்ட தனக்குத்தானே புலம்பினார் காமராஜ்.

'நான் காந்தி இறந்தப்போ அழுததில்ல. நேரு இறந்தப்போ அழுததில்ல. நீ என்னை அழ வெச்சுட்டியடா. என்ன ஏண்டா அப்பான்னு கூப்பிட்ட?' என்று குமுறி அழுதார்.

*

சந்திரபாபுவின் சவப்பெட்டி புதைகுழிக்குள் இறக்கப் பட்டது.

இறக்கப்பட்ட பின், புதைகுழி மண்ணால் நிரப்பப்பட்டது.

கனத்த இதயத்தோடு இறுதிச்சடங்கை முடித்தவர்கள் கலைகிறார்கள்.

கரிய மேகங்கள் பின்மாலைப்பொழுதை மேலும் கருமையாக்குகிறது.

"இறப்பும் அன்பும் என்ற இரு சிறகுகள், ஒரு நல்ல மனிதனை சொர்க்கத்துக்குத் தாங்கிச் செல்லும்!"

* * *